# BÁNH QUY MỖI NGÀY

## 100 CÔNG THỨC BÁNH QUY NƯỚNG MỖI NGÀY

Bích Đinh

**từ chối trách nhiệm**

Thông tin trong Sách điện tử này nhằm mục đích phục vụ như một bộ sưu tập toàn diện các chiến lược mà tác giả của Sách điện tử này đã thực hiện nghiên cứu. Tóm tắt, chiến lược, mẹo và thủ thuật chỉ là đề xuất của tác giả và việc đọc Sách điện tử này sẽ không đảm bảo rằng kết quả của một người sẽ phản ánh chính xác kết quả của tác giả. Tác giả của Sách điện tử đã thực hiện tất cả các nỗ lực hợp lý để cung cấp thông tin hiện tại và chính xác cho người đọc Sách điện tử. Tác giả và các cộng sự của nó sẽ không chị u trách nhiệm pháp lý cho bất kỳ lỗi hoặc thiếu sót không chủ ý nào có thể được tìm thấy. Tài liệu trong Sách điện tử có thể bao gồm thông tin của bên thứ ba. Tài liệu của bên thứ ba bao gồm các ý kiến được thể hiện bởi chủ sở hữu của họ. Do đó, tác giả của Sách điện tử không chị u trách nhiệm hoặc trách nhiệm pháp lý đối với bất kỳ tài liệu hoặc ý kiến của bên thứ ba nào.

# MỤC LỤC

# GIỚI THIỆU

Từ cookie dùng để chỉ "những chiếc bánh nhỏ" bắt nguồn từ từ "koekje" hoặc "koekie" trong tiếng Hà Lan. Bánh quy chứa nhiều Thành phần giống như bánh ngọt ngoại trừ việc chúng có tỷ lệ chất lỏng thấp hơn với tỷ lệ đường và chất béo trong bột cao hơn.

Các công thức làm bánh quy có thể được chuẩn bị với vô số hình dạng, hương vị và kết cấu, đồng thời có thể được trang trí. Mọi quốc gia dường như đều có món ưa thích của mình: ở Bắc Mỹ, đó là món sô cô la chip; ở Vương quốc Anh, đó là bánh mì ngắn; ở Pháp, đó là sables và macaroons; và biscotti của nó ở Ý.

Công thức làm bánh quy thường được phân loại theo độ lỏng của bột bánh hoặc bột nhào, xác đị nh cách chúng được hình thành - Dạng thanh, Dạng giọt, Hộp đá / Tủ lạnh, Đúc khuôn, Ép hoặc Cán. Ngoài ra, một số loại cookie là loại con của những loại khác. Loại công thức bánh quy được chuẩn bị sẽ xác đị nh phương pháp trộn của chúng, nhưng đối với hầu hết, phương pháp làm bánh hoặc kem thông thường được sử dụng. Bánh quy có thể được nướng hoặc được gọi là không nướng, trong đó chúng có thể được làm từ ngũ cốc ăn liền, chẳng hạn như Rice Krispies Treats, bột yến mạch, các loại hạt, trái cây khô hoặc dừa và được giữ cùng với xi-rô nấu chín hoặc đường đun nóng chẳng hạn như kẹo dẻo và bơ tan chảy.

# NGÀO COOKIES

## 1. Bánh quy hạnh nhân

Năng suất: 3 chục

**Thành phần**

- 1 chén bột mì, đa dụng
- $\frac{1}{2}$ chén bột bắp
- $\frac{1}{2}$ chén đường, bột
- 1 chén hạnh nhân, thái nhỏ
- $\frac{3}{4}$ chén bơ, làm mềm

**Hướng**

a) Kết hợp bột mì, bột bắp và đường bột; cho hạnh nhân vào khuấy đều. Thêm bơ; trộn bằng thìa gỗ cho đến khi tạo thành bột mềm.

b) Đị nh hình bột thành những quả bóng nhỏ. Đặt trên tấm cookie không bôi trơn; làm phẳng từng quả bóng bằng nĩa bột nhẹ. Nướng ở 300 độ trong 20 đến 25 phút hoặc cho đến khi các cạnh chỉ có màu nâu nhạt.

c) Làm mát trước khi lưu trữ.

## 2. Bánh quy đường nâu

Năng suất: 12 phần ăn

**Thành phần**

- 1 chén bơ lạt; nhiệt độ phòng
- 1 chén đường nâu nhạt đóng gói
- 2 chén bột mì đa dụng
- $\frac{1}{4}$ muỗng cà phê muối
- 1 muỗng canh Đường
- 1 muỗng cà phê bột quế

**Huớng**

a) Làm nóng lò ở 325 độ. Bơ nhẹ chảo dạng lò xo 9". Sử dụng máy trộn điện, đánh 1 chén bơ trong tô lớn hơn cho đến khi nhẹ và bông.

b) Thêm đường nâu và đánh đều. Dùng thìa cao su trộn bột và muối (không trộn quá kỹ). Nhấn bột vào chảo đã chuẩn bị . Kết hợp đường và quế trong bát nhỏ. Rắc đường quế lên bột. Cắt bột thành 12 miếng nhỏ, dùng thước kẻ làm hướng dẫn và cắt bột. Xỏ mỗi nêm nhiều lần bằng tăm.

c) Nướng cho đến khi bánh mì có màu nâu, chắc ở các cạnh và hơi mềm ở giữa, khoảng 1 giờ. Làm nguội hoàn toàn bánh mì ngắn trong chảo trên giá. Loại bỏ các mặt chảo.

## 3. Bánh quy hạt macadamia nhúng sô cô la

Năng suất: 36 phần ăn

**Thành phần**

- 1 chén bơ
- ¾ chén Đường bột
- 1 muỗng cà phê vani
- 2 chén bột rây
- ¾ chén hạt mắc ca xắt nhỏ
- 1 cốc sô cô la sữa hoặc -
- 1 chén sô cô la bán nguyệt
- 1½ muỗng cà phê Rau rút ngắn

**Huóng**

a) Trong tô trộn lón, đánh bơ, đuờng và vani cho đến khi nhẹ và mị n. Dần dần khuấy bột cho đến khi trộn đều. Khuấy hạt macadamia.

b) Đặt bột lên giấy sáp và đị nh hình thành một cuộn có đuờng kính hai inch.

c) Bọc trong giấy và giấy bạc và làm lạnh ít nhất hai giờ hoặc qua đêm.

d) Làm nóng lò ở 300 độ. Cắt cuộn thành lát xấp xỉ . dày từ $\frac{1}{4}$ đến $\frac{1}{2}$ inch. Nuóng trên tấm nuóng không mỡ trong 20 phút hoặc cho đến khi bánh quy bắt đầu chuyển sang màu nâu. Lấy ra khỏi lò; nguội trên giá dây.

e) Trong khi đó, làm tan chảy vụn sô cô la (lò vi sóng hoạt động tốt) trong một bát nhỏ và khuấy trong thời gian ngắn. Trộn đều. Nhúng một đầu của mỗi cookie vào hỗn hợp sô cô la và đặt trên giấy sáp.

f) Làm lạnh cookie cho đến khi sô cô la cúng lại. Bảo quản nơi thoáng mát. Làm 2-3 tá bánh quy.

## 4. Bánh quy hoa quả

Năng suất: 36 phần ăn

**Thành phần**

- $2\frac{1}{2}$ cốc bột mì
- 1 muỗng cà phê Kem cao răng
- $1\frac{1}{2}$ chén đường Bánh kẹo
- 19 oz. hộp Không có thị t băm
- 1 muỗng cà phê vani
- 1 muỗng cà phê baking soda
- 1 chén bơ, làm mềm
- 1 quả trứng

**Huớng**

a) Làm nóng lò ở 375F. 2. Trộn đều bột mì, soda và cream of tartar.

b) Trong một bát lớn, đánh bơ và đường cho đến khi mị n. Thêm trứng.

c) Khuấy vani và vụn thị t băm.

d) Thêm thành phần khô. Trộn đều - bột sẽ cứng.

e) Lăn thành những quả bóng 1¼ ". Đặt trên tấm bánh quy không bôi tron, hơi dẹt.

f) Nướng 10-12 phút hoặc cho đến khi có màu nâu nhạt. Phủ một lớp đường, sữa và vani của bánh kẹo khi vẫn còn ấm.

## 5. Bánh quy hoa oải hương

Năng suất: 1 mẻ

**Thành phần**

- ½ chén bơ không ướp muối ở nhiệt độ phòng
- ½ chén đường không rây
- 2 muỗng cà phê Hoa oải hương khô
- 1 muỗng cà phê lá bạc hà khô nghiền nát
- ⅛ muỗng cà phê quế
- 1 chén bột mì chưa rây

**Huóng**

a) Làm nóng lò ở nhiệt độ 325 F. Chuẩn bị một khay nướng hình vuông 8 inch bằng cách lót một lóp giấy nhôm và phủ nhẹ lóp giấy này bằng bình xị t dầu thực vật.

b) Kem bơ cho đến khi nhẹ và mị n. Khuấy đường, hoa oải hương, bạc hà và quế. Làm việc trong bột và trộn cho đến khi hỗn hợp vụn. Cạo nó vào chảo đã chuẩn bị và trải cho đến khi bằng phẳng, ấn nhẹ để nén đều.

c) Nướng 25 đến 30 phút, hoặc cho đến khi vàng nhẹ xung quanh các cạnh.

d) Nhẹ nhàng nhấc cả giấy bạc và bánh mì ngắn ra khỏi chảo lên bề mặt cắt. Cắt các thanh bằng dao răng cưa.

e) Chuyển đến một dây rack để nguội hoàn toàn. Bảo quản trong hộp kín.

## 6. Bánh quy Mocha

Năng suất: 18 phần ăn

**Thành phần**

- 1 thìa cà phê hòa tan Nescafe Classic
- 1 muỗng cà phê Nước sôi
- 1 gói (12-oz) miếng sô cô la bán ngọt của Nestle Toll House; đã chia ra
- $\frac{3}{4}$ chén bơ; làm mềm
- $1\frac{1}{4}$ chén đường bánh kẹo rây
- 1 chén bột mì đa dụng
- ⅓muỗng cà phê muối

**Huóng**

a) Làm nóng lò ở 250 độ. Trong cốc, hòa tan cà phê hòa tan Nescafe Classic trong nuóc sôi; để qua một bên. Làm tan chảy trong nuóc nóng (không đun sôi), 1 cốc miếng sô cô la nủa ngọt của Nestle Toll House; khuấy cho đến khi mị n.

b) Loại bỏ nhiệt; để qua một bên. Trong bát lón, kết hợp bơ, đuòng bánh kẹo và cà phê; đánh bại cho đến khi thắng. Dần dần trộn bột mì và muối.

c) Khuấy trong miếng tan chảy. Lăn bột giũa hai miếng giấy sáp vói độ dày 3/16 inch. Loại bỏ tấm trên cùng; cắt bánh quy bằng dụng cụ cắt bánh quy 2 inch ruõi. Lấy ra khỏi giấy sáp và đặt trên các tấm bánh quy không bôi tron. Nuóng ở 250 độ trong 25 phút. Làm mát hoàn toàn giá đỡ dây.

d) Làm tan chảy trên nuóc nóng (không đun sôi), còn lại 1 cốc sô cô la nủa ngọt Nestle Toll House; khuấy cho đến khi mị n. Phết một thìa sô cô la tan chảy hoi tròn lên mặt phẳng của bánh quy; trên cùng vói cookie thứ hai. Lặp lại vói các cookie còn lại.

e) Thư giãn cho đến khi thiết lập. Để yên ở nhiệt độ phòng 15 phút truóc khi phục vụ. Làm khoảng 1-½ tá bánh quy 2-½ inch.

## 7. Bánh quy đậu phộng

Năng suất: 30 phần ăn

**Thành phần**

- 250 ml Bơ; Không ướp muối, làm mềm
- 60 ml bơ đậu phộng dạng kem
- 1 quả trứng trắng lớn; Ly thân
- 5 ml chiết xuất vani
- 325 ml Bột mì đa dụng
- 250 ml Yến mạch cán kiểu cũ
- 60 ml Mầm lúa mì
- 250ml đậu phộng rang muối; Thái nhỏ
- 250 ml Đường nâu nhạt; đóng gói chắc chắn

**Huóng**

a) Trong một bát trộn bằng máy trộn điện, trộn bơ, bơ đậu phộng, đường với nhau, sau đó đánh lòng đỏ trúng và chiết xuất vani.

b) Thêm bột mì, yến mạch và mầm lúa mì và đánh hỗn hợp cho đến khi vừa kết hợp. Dàn đều bột vào khuôn cuộn thạch đã phết bơ, 15 -½ x 10-½ x 1 inch (40 x 27 x 2½ cm) láng mặt trên, phết lòng trắng trúng đã đánh nhẹ lên trên bột, sau đó rắc đậu phộng đều lên trên. .

c) Nướng hỗn hợp ở giữa lò nướng 300 F (150 C) đã được làm nóng trước trong 25 đến 30 phút hoặc cho đến khi mặt trên có màu nâu vàng.

d) Chuyển chảo sang giá dây để nguội. Trong khi hỗn hợp vẫn còn NÓNG, hãy cắt thành những miếng vuông nhỏ và để bánh nguội hoàn toàn trong chảo.

## 8. Bánh quy gia vị

Năng suất: 30 phần ăn

**Thành phần**

- 1 chén Margarine, làm mềm
- ⅔chén Đường bột rây
- $\frac{1}{2}$ muỗng cà phê hạt nhục đậu khấu
- $\frac{1}{2}$ muỗng cà phê bột quế
- $\frac{1}{2}$ thìa cà phê gừng xay
- 2 chén bột mì đa dụng

**Hướng**

a) Kem bơ; dần dần thêm đường, đánh ở tốc độ trung bình của máy trộn điện cho đến khi nhẹ và mịn. Thêm gia vị và đánh đều.

b) Khuấy bột mì. Bột sẽ cứng. Nặn bột thành 1 quả bóng 1 đô la inch và đặt cách nhau 2 inch trên các tấm bánh quy đã được bôi mỡ nhẹ. Dùng nĩa hoặc khuôn dập bánh quy có bột ấn nhẹ để làm phẳng thành độ dày $\frac{1}{4}$ inch. Nướng ở nhiệt độ 325 trong 15 đến 18 phút hoặc cho đến khi hoàn thành. Để nguội trên giá đỡ dây.

# 9. bánh quy ngào hồ đào

Năng suất: 2 chục

**Thành phần**

- ¾ cân Bơ
- 1 chén đường bánh kẹo
- 3 chén bột, rây
- ½ muỗng cà phê muối
- ½ muỗng cà phê vani
- ¼ chén đường
- ¾ chén hồ đào, thái nhỏ

**Huóng**

a) Kem bơ và đường bánh kẹo với nhau cho đến khi nhạt màu.

b) Rây bột và muối với nhau và thêm vào hỗn hợp kem. Thêm vani và trộn kỹ. Thêm hồ đào.

c) Tập hợp bột thành một quả bóng, bọc trong giấy sáp và làm lạnh cho đến khi cúng lại.

d) Cán mỏng bột đã uóp lạnh đến độ dày $\frac{1}{2}$ inch. Dùng khuôn cắt bánh quy, cắt bánh quy ra. Rắc đường cát lên trên mặt bánh. Đặt bánh quy đã cắt lên khay nướng bánh quy không phết dầu mỡ và để trong tủ lạnh 45 phút trước khi nướng.

e) Làm nóng lò ở 325F. Nướng trong 20 phút hoặc cho đến khi bắt đầu ngả màu nhẹ; cookie không nên nâu chút nào. Để nguội trên giá đỡ.

## 10. Bánh quy hạt dẻ Oregon

Năng suất: 36 Cookies

**Thành phần**

- 1 chén quả phỉ Oregon rang
- ¾ chén bơ, ướp lạnh
- ¾ cốc Đường
- 1½ chén bột mì chua tẩy trắng

**Hướng**

a) Nghiền hạt phỉ đã rang trong máy xay thực phẩm thành xay thô. Thêm bơ và đường và xử lý kỹ lưỡng. Cho hỗn hợp các loại hạt, bơ và đường vào tô trộn, sau đó thêm bột mì (½ cốc mỗi lần) trộn đều từng loại. Kết hợp hỗn hợp thành một quả bóng.

b) Tạo những quả bóng 1 inch rưỡi và đặt trên một tấm bánh quy không dính, cách nhau khoảng ½ inch.

c) Nướng ở 350 trong 10-12 phút. Làm lạnh phần bột còn lại cho đến khi sẵn sàng nướng.

# BÁNH QUY SÔ CÔ LA

## 11. Bánh quy Pretzel và Caramel

Làm khoảng 2 tá

**Thành phần**

- 1 gói hỗn hợp bánh sô cô la (cỡ thường)
- 1/2 chén bơ, tan chảy
- 2 quả trứng lớn, nhiệt độ phòng
- 1 chén bánh quy nhỏ bị hỏng, chia
- 1 cốc sô cô la chip nửa ngọt
- 2 thìa topping caramel muối

**Hướng**

a) Làm nóng lò nướng ở nhiệt độ 350°. Kết hợp hỗn hợp bánh bơ tan chảy và trứng; đánh cho đến khi hòa quyện. Khuấy 1/2 cốc bánh quy, vụn sô cô la và lớp phủ caramel.

b) Thả từng muỗng canh tròn cách nhau 2 inch lên khay nướng đã được bôi mỡ. Làm phẳng một chút bằng đáy ly; nhấn các bánh quy còn lại lên trên cùng của mỗi bánh. Nướng 8-10 phút hoặc cho đến khi được thiết lập.

c) Làm nguội trên chảo trong 2 phút. Di chuyển đến kệ dây để nguội hoàn toàn.

## 12. Cây gai dầu Buckeye Cookie

Làm cho 12 phần ăn

**Thành phần**

- 1 gói hỗn hợp bánh sô cô la (cỡ thường)
- 2 quả trứng lớn, nhiệt độ phòng
- 1/2 chén dầu ô liu
- 1 cốc sô cô la chip nửa ngọt
- 1 chén bơ đậu phộng kem
- 1/2 chén đường bánh kẹo

**Hướng**

- Làm nóng lò nướng ở nhiệt độ 350°.
- Trong một bát lớn, kết hợp hỗn hợp bánh, trứng và dầu cho đến khi trộn đều. Khuấy sô cô la chip. Nhấn một nửa bột thành hình 10 inch. chảo gang hoặc chảo chị u nhiệt khác.
- Kết hợp bơ đậu phộng và đường bánh kẹo; phết lên bột trong chảo.
- Nhấn phần bột còn lại giữa các tờ giấy da thành hình 10 inch. vòng tròn; nơi làm đầy quá mức.
- Nướng cho đến khi một cây tăm được đưa vào trung tâm với vụn ẩm, 20-25 phút.

## 13. Banh quy trô□n

Thực hiện: 54 phần ăn

**Thành phần**

- 1 gói hỗn hợp bánh sô cô la Đức; bao gồm bánh pudding
- 1 chén sô cô la bán nguyệt
- ½ chén yến mạch cán
- ½ chén nho khô
- ½ chén dầu Olive
- 2 quả trứng; hơi bị đánh

**Hướng**

a) Làm nóng lò nướng đến 350 độ.

b) Trong một bát lớn, kết hợp tất cả các thành phần; pha trộn tốt. Thả bột bằng những muỗng cà phê tròn cách nhau hai inch lên các tấm bánh quy không bôi trơn.

c) Nướng ở 350 độ trong 8-10 phút hoặc cho đến khi được thiết lập. Làm mát 1 phút; xóa khỏi trang cookie.

## 14. bánh quy giòn ma quỷ

Làm: 60 BÁNH QUY

**Thành phần**

- 1 hỗn hợp bánh sô cô la 18,25 ounce
- $\frac{1}{2}$ chén dầu Olive
- 2 quả trứng, đánh nhẹ
- $\frac{1}{2}$ chén hồ đào xắt nhỏ
- 5 thanh sô cô la sữa thông thường, chia thành hình vuông
- $\frac{1}{2}$ chén dừa nạo ngọt

**Hướng**

a) Làm nóng lò ở 350°F.
b) Kết hợp hỗn hợp bánh, dầu và trứng trong một cái bát và trộn hoàn toàn. Nhẹ nhàng gấp hồ đào vào bột.
c) Đổ từng thìa bột lên các tấm bánh quy không bôi mỡ. Nướng trong 10 phút. Loại bỏ khi cookie được đặt nhưng vẫn còn một chút mềm ở trung tâm.
d) Đặt một ô sô cô la sữa trên mỗi chiếc bánh quy. Khi nó tan chảy, trải ra để tạo lớp phủ sô cô la trên mặt bánh quy.
e) Chuyển bánh quy ngay lập tức sang giá dây và để nguội hoàn toàn.

15. bánh quy hồ đào

Làm: 24 BÁNH QUY

**Thành phần**

- 1 chén hỗn hợp bánh hồ đào bơ
- 1 chén hỗn hợp bánh sô cô la
- 2 quả trứng, đánh nhẹ
- ½ chén dầu Olive
- 2 muỗng canh nước

**Hướng**

a) Làm nóng lò ở 350°F.
b) Kết hợp các thành phần và trộn để tạo thành một bột đều.
c) Rót từng thìa lên một tờ bánh quy chưa bôi dầu mỡ. Nướng trong 15 phút hoặc cho đến khi vàng và đặt.
d) Để nguội trên tấm cookie trong 5 phút. Di chuyển đến một giá dây để làm mát hoàn toàn.

## 16. Bánh hạnh nhân kem tươi

Làm cho: 48 BÁNH QUY

**Thành phần**

- 1 hỗn hợp bánh sô cô la hộp 18 ounce
- 1 muỗng canh bột ca cao
- 1 quả trứng
- 1 chén hồ đào, xắt nhỏ
- $\frac{1}{4}$ chén đường
- 4 ounce topping

**Hướng**

a) Làm nóng lò ở 350°F.
b) Kết hợp hỗn hợp bánh, bột ca cao và trứng và trộn đều. Nhẹ nhàng gấp hồ đào vào bột.
c) Phủ đường lên tay, sau đó nặn bột thành những viên nhỏ. Phủ những viên bánh quy với đường.
d) Đặt lên tấm cookie, để lại 2 inch giữa các cookie.
e) Nướng 12 phút hoặc cho đến khi được thiết lập. Lấy ra khỏi lò và chuyển sang giá dây để nguội. Top với topping quất.

## 17. Bánh Sandwich Cookies trộn

Làm cho: 10

**Thành phần**

- 1 hỗn hợp bánh sô cô la hộp 18,25 ounce
- 1 quả trứng, nhiệt độ phòng
- ½ chén bơ
- 1 lọ kem vani 12 ounce

**Hướng**

a) Làm nóng lò ở 350°F.
b) Che một tờ cookie bằng một lớp giấy da. Để qua một bên.
c) Trong một bát trộn lớn, kết hợp hỗn hợp bánh, trứng và bơ. Sử dụng máy trộn điện để tạo ra một hỗn hợp bột mị n, đồng nhất.
d) Cán bột bánh quy thành những viên tròn 1 inch và đặt chúng lên khay nướng bánh. Dùng thìa ấn từng viên bột cho dẹt. Nướng trong 10 phút.
e) Để bánh nguội hoàn toàn trước khi kẹp một lớp kem phủ giữa hai bánh.

## 18. Bánh quy granola và sô cô la

Làm: 36 BÁNH QUY

**Thành phần**

- 1 hỗn hợp bánh sô cô la 18,25 ounce
- $\frac{3}{4}$ chén bơ, để mềm
- $\frac{1}{2}$ chén đường nâu đóng gói
- 2 quả trứng
- 1 chén granola
- 1 chén sô cô la chip trắng
- 1 chén anh đào khô

**Hướng**

a) Làm nóng lò ở nhiệt độ 375°F.

b) Trong một bát lớn, kết hợp hỗn hợp bánh, bơ, đường nâu và trứng và đánh cho đến khi tạo thành bột.

c) Cho granola và chocolate trắng vào khuấy đều. Thả từng thìa cà phê cách nhau khoảng 2 inch trên các tờ bánh quy chưa bôi mỡ.

d) Nướng trong 10-12 phút hoặc cho đến khi bánh quy có màu nâu vàng nhẹ xung quanh các cạnh.

e) Làm nguội trên các tấm bánh quy trong 3 phút, sau đó lấy ra giá dây.

20. bánh quy Đức

Làm cho: 4 chục cookie

**Thành phần**

- 1 hộp 18,25 ounce hỗn hợp bánh sô cô la Đức
- 1 cốc sô cô la chip nửa ngọt
- 1 chén bột yến mạch
- ½ chén dầu Olive
- 2 quả trứng, đánh nhẹ
- ½ cốc nho khô
- 1 muỗng cà phê vani

**Hướng**

a) Làm nóng lò ở 350°F.
b) Kết hợp tất cả các thành phần. Trộn đều bằng máy trộn điện đặt ở tốc độ thấp. Nếu vụn bột phát triển, hãy thêm một giọt nước.
c) Đổ từng thìa bột lên một tấm bánh quy không bôi trơn.
d) Nướng trong 10 phút.
e) Để nguội hoàn toàn trước khi nhấc bánh quy ra khỏi khay và đặt lên đĩa phục vụ.

## 21. bánh quy hồi

Khẩu phần: 36

**Thành phần:**

- 1 chén đường
- 1 chén bơ
- 3 chén bột mì
- $\frac{1}{2}$ cốc sữa
- 2 quả trứng đánh tan
- 1 muỗng canh bột nở
- 1 muỗng canh chiết xuất hạnh nhân
- 2 muỗng cà phê rượu hồi
- 1 chén đường bánh kẹo

Hướng:

a) Làm nóng lò ở nhiệt độ 375 độ F.

b) Đánh đều đường và bơ cho đến khi nhẹ và mịn.

c) Kết hợp bột mì, sữa, trứng, bột nở và chiết xuất hạnh nhân dần dần.

d) Nhào bột cho đến khi nó trở nên dính.

e) Tạo những quả bóng nhỏ từ những miếng bột dài 1 inch.

f) Làm nóng lò ở nhiệt độ 350°F và bôi mỡ lên khay nướng. Đặt các quả bóng trên tấm nướng.

g) Làm nóng lò ở 350°F và nướng bánh trong 8 phút.

h) Kết hợp rượu mùi hồi, đường bánh kẹo và 2 muỗng canh nước nóng trong một bát trộn.

i) Cuối cùng, nhúng bánh quy vào men khi chúng vẫn còn ấm.

## 22. Bánh quy xanh ngọt ngào

**Thành phần:**

- 165 g đậu xanh.
- 80 g quả chà là xắt nhỏ.
- 60 g đậu hủ non, tán nhuyễn.
- 100 g bột hạnh nhân.
- 1 muỗng cà phê bột nở.
- 12 quả hạnh nhân.

**Hướng:**

a) Làm nóng lò ở 180° C/350° F.

b) Kết hợp đậu Hà Lan và chà là trong một bộ xử lý thực phẩm.

c) Xử lý cho đến khi hỗn hợp đặc sệt được hình thành.

d) Chuyển hỗn hợp đậu vào một cái bát. Khuấy đậu phụ, bột hạnh nhân và bột nở. Đị nh hình hỗn hợp thành 12 quả bóng.

e) Sắp xếp các quả bóng lên tấm nướng, lót bằng giấy da. Làm phẳng từng quả bóng bằng lòng bàn tay có dầu.

f) Chèn một quả hạnh vào mỗi cookie. Nướng bánh quy trong 25-30 phút hoặc cho đến khi vàng nhẹ.

g) Để nguội trên giá dây trước khi phục vụ.

## 23. Bánh sô cô la

**Thành phần:**

- 2 chén bột mì đa dụng không chứa gluten.
- 1 muỗng cà phê baking soda.
- 1 thìa muối biển.
- 1/4 cốc sữa chua thuần chay.
- 7 muỗng canh bơ thuần chay.
- 3 muỗng canh bơ hạt điều
- 1 1/4 chén đường dừa.
- 2 quả trứng chia.
- Thanh sô cô la đen, ăn trộm các phần.

**Huóng:**

a) Làm nóng lò ở 375° F

b) Trong một bát trộn cỡ trung bình, trộn bột mì không chúa gluten, muối và baking soda. Đặt sang một bên trong khi bạn làm tan chảy bơ.

c) Cho bơ, sũa chua, bơ hạt điều, đuờng dừa vào tô và sử dụng máy trộn hoặc máy trộn cầm tay, trộn trong vài phút cho đến khi kết hợp.

d) Thêm trúng chia và trộn đều.

e) Thêm bột vào hỗn họp trúng chia và trộn ở múc thấp nhất cho đến khi hòa quyện.

f) Gấp trong khối sô cô la.

g) Đặt bột vào tủ lạnh để đặt trong 30 phút.

h) Lấy bột ra khỏi tủ lạnh và để bột xuống nhiệt độ phòng, khoảng 10 phút, và lót một tấm bánh quy bằng giấy da.

i) Dùng tay múc 1 1/2 muỗng canh bột bánh quy lên giấy da. Để lại một khoảng trống nhỏ ở giũa mỗi cookie.

j) Nuóng bánh trong 9-11 phút. Thích thú!

# BISCOTTI

## 24. bánh quy hạnh nhân

Thành phần

- 1/3 chén bơ, làm mềm
- 2/3 chén đường trắng
- 2 quả trứng
- 1 muỗng cà phê chiết xuất vani
- 13/4 chén bột mì đa dụng
- 1/3 chén bột ca cao không đường
- 2 muỗng cà phê bột nở
- 1/2 chén sô cô la bán nguyệt thu nhỏ
- 1/4 chén quả óc chó xắt nhỏ
- 1 lòng đỏ trứng gà, đánh tan
- 1 muỗng canh nước

## Hướng

a) Làm nóng lò ở nhiệt độ 375°F (190°C). Mỡ các tấm nướng, hoặc lót bằng giấy da.

b) Trong một bát lớn, đánh kem bơ và đường cho đến khi mị n. Đập từng quả trứng vào, sau đó cho vani vào khuấy đều. Kết hợp bột mì, ca cao và bột nở; khuấy vào hỗn hợp kem cho đến khi trộn đều. Bột sẽ cứng, vì vậy hãy trộn phần cuối cùng bằng tay. Trộn trong sô cô la chip và quả óc chó.

c) Chia bột thành hai phần bằng nhau. Đị nh hình thành các ổ bánh 9x2x1 inch. Đặt lên tấm nướng cách nhau 4 inch. Chải với hỗn hợp nước và lòng đỏ.

d) Nướng trong 20 đến 25 phút trong lò làm nóng trước hoặc cho đến khi cứng lại. Làm mát trên tấm nướng trong 30 phút.

e) Sử dụng một con dao có răng cưa, cắt các ổ bánh theo đường chéo thành các lát 1 inch. Đặt các lát trở lại khay nướng, đặt chúng nằm nghiêng. Nướng từ 10 đến 15 phút mỗi bên hoặc cho đến khi khô. Để nguội hoàn toàn và bảo quản trong hộp kín.

## 25. Bánh bích quy hạnh nhân

Năng suất: 42 phần ăn

**Thành phần**

- $\frac{1}{2}$ chén Bơ hoặc bơ thực vật, Làm mềm
- $1\frac{1}{4}$ chén đường
- 3 quả trứng
- 1 muỗng cà phê chiết xuất vani hoặc hương liệu hồi
- 2 chén bột mì đa dụng
- 2 muỗng cà phê Bột nở
- 1 chút muối
- $\frac{1}{2}$ chén hạnh nhân, xắt nhỏ
- 2 thìa cà phê Sữa

**Huóng**

a) Trong một bát trộn, bơ kem và 1 chén đuờng. Thêm trúng vào, đánh từng quả một sau mỗi lần thêm. Khuấy hoa hồi hoặc vani.

b) Kết hợp các thành phần khô; thêm vào hỗn hợp kem. Cho hạnh nhân vào khuấy đều.

c) Lót một tấm nuóng bằng giấy bạc và giấy mỡ. Chia bột làm đôi; trải thành hai hình chữ nhật 12x3 trên giấy bạc. Chải với sũa và rắc đuờng còn lại. Nuóng ở 375 độ. trong 15 đến 20 phút. hoặc cho đến khi có màu nâu vàng và cúng khi chạm vào. Lấy ra khỏi lò và giảm nhiệt xuống 300 độ. Nâng các hình chữ nhật bằng giấy bạc lên giá dây; làm mát trong 15 phút. Đặt trên thót; cắt theo đuờng chéo dày ½ inch. Đặt lát có mặt cắt úp xuống hoặc tấm nuóng không bôi mỡ. Nuóng trong 10 phút.

d) Lật bánh quy; nuóng 10 phút. hon. Tắt lò, để bánh trong lò; vói của hé mở để làm mát. Đựng trong bao bì kín khí.

## 26. bánh quy hồi

Năng suất: 1 phần ăn

**Thành phần**

- 2 chén + 2 muỗng canh bột mì
- $\frac{3}{4}$ cốc Đường
- 1 muỗng canh hạt hồi, nghiền nát
- 1 muỗng cà phê Bột nở
- $\frac{1}{2}$ thìa cà phê Baking soda
- $\frac{1}{4}$ muỗng cà phê muối
- 3 quả trứng tương đương
- 2 muỗng canh Vỏ chanh tươi bào nhỏ (hoặc
- 1 muỗng canh khô)
- 1 muỗng canh nước cốt chanh tươi

**Hướng**

a) Làm nóng lò nướng ở nhiệt độ 325 độ F. Phủ giấy nướng lên khay nướng bằng bình xịt chống dính hoặc giấy da. Trong một bát vừa, kết hợp bột mì, đường, hạt hồi, bột nở, muối nở và muối. Đánh đều lượng trứng, vỏ chanh và nước cốt chanh với nhau rồi thêm vào Nguyên liệu khô. Trộn đều.

b) Làm việc trên một bề mặt đã được rắc bột, nặn bột thành hai khúc gỗ, mỗi khúc dài khoảng 14 inch và dày 1,5 inch. Đặt các khúc gỗ lên khay nướng đã chuẩn bị , cách nhau ít nhất 4 inch (bột sẽ dàn ra trong quá trình nướng). Nướng trong 20 đến 25 phút, cho đến khi chạm vào chắc chắn.

c) Chuyển các bản ghi vào giá để làm mát. Giảm nhiệt độ lò nướng xuống 300 độ F. Cắt các khúc gỗ theo đường chéo thành các lát dày $\frac{1}{2}$ inch, sử dụng dao có răng cưa và chuyển động cưa nhẹ nhàng. Đặt các lát nằm nghiêng trên khay nướng và quay trở lại lò nướng.

d) Nướng trong 40 phút. Lấy ra khỏi lò và để nguội hoàn toàn trước khi bảo quản. Biscotti sẽ giòn khi nguội. Lưu trữ, trong một thùng chứa kín khí, lên đến một tháng.

e) Làm khoảng 4 tá biscotti.

## 27. Biscotti chanh hồi

Năng suất: 1 phần ăn

**Thành phần**

- 2 chén bột mì trắng chua tẩy trắng
- 1 muỗng cà phê Bột nở
- ¼ muỗng cà phê muối
- 1 chén đường
- 2 quả trứng nguyên quả
- 1 Lòng trắng trứng
- 2 muỗng canh vỏ chanh tươi nạo
- 1 muỗng canh hạt hồi đất

Huớng

a) Làm nóng lò ở 350 độ. Chuẩn bị  một tấm nướng với bình xị t nấu ăn hoặc một lóp dầu rất nhẹ. Trong một bát trộn lớn, rây bột mì, bột ngô, bột nở và muối. Đánh nhẹ trúng và thêm chúng vào hỗn họp bột.

b) Khuấy xi-rô cây phong, vani và quả óc chó, chỉ  trộn cho đến khi bột mị n. Dùng thìa cao su và tay có bột, múc một nủa bột ra khỏi bát và đặt lên một mặt của khay nướng. Đị nh hình bột thành khúc gỗ dài 15 inch.

c) Tạo một khúc gỗ thứ hai ở phía bên kia của khay nướng với phần bột còn lại. Đặt các khúc gỗ cách nhau ít nhất 6 inch. Nướng trong 25-30 phút, cho đến khi phần trên của mỗi khúc gỗ biscotti cúng lại.

d) Lấy chúng ra bằng thìa dài trên giá dây và để nguội trong 10-15 phút. Cắt từng khúc gỗ theo đuờng chéo lớn thành những lát dày khoảng 20½ inch và đặt chúng, mặt cắt úp xuống, trên khay nướng. Giảm nhiệt độ lò xuống 350 độ và nướng trong 15 phút.

e) Nóng từ lò nướng, biscotti có thể hơi mềm ở giữa, nhưng chúng sẽ cúng lại khi nguội.

f) Để chúng nguội hoàn toàn. Được bảo quản trong hộp thiếc hoặc hộp đậy kín khác, chúng sẽ giữ được ít nhất vài tuần.

## 28. biscotti anh đào

Năng suất: 24 biscotti

**Thành phần**

- 2 chén bột mì đa dụng
- 1 chén đường
- ½ muỗng cà phê Bột nở
- ½ muỗng cà phê muối
- ¼ chén bơ; cắt thành miếng nhỏ
- 1 chén hạnh nhân; chặt thô
- 1 cốc anh đào kẹo nguyên hạt
- 2 quả trứng lớn; hơi bị đánh
- ½ muỗng cà phê vani
- 1 muỗng canh Sữa (tùy chọn)

Huớng

a) Làm nóng lò truớc ở 350 độ. Mỡ tấm nuớng lớn.

b) Kết hợp bột mì, đuờng, bột nở và muối trong tô. Cắt bơ bằng máy xay bánh ngọt cho đến khi tạo thành vụn thô. Khuấy hạnh nhân và anh đào. Khuấy trúng và vani cho đến khi trộn đều Nếu hỗn họp khô vụn, thêm sũa.

c) Chia hỗn họp làm đôi.

d) Trên bề mặt đã đuợc rắc bột nhẹ, dùng tay đã đuợc rắc bột, ấn bột lại vói nhau và tạo hình thành hai khúc gỗ 10 inch. Làm phẳng chiều rộng 2 inch. Đặt các khúc gỗ lên tấm nuớng đã chuẩn bị .

e) Nuớng trong lò 350 độ trong 30 đến 35 phút. Vói hai thìa, chuyển các khúc gỗ vào giá để làm mát trong 20 phút.

f) Vói con dao có răng cua, cắt từng khúc gỗ theo đuờng chéo thành nhũng lát dày $\frac{3}{4}$ inch.

g) Quay trở lại tấm nuớng. Nuớng 15 phút hoặc cho đến khi bánh giòn và chắc khi chạm vào. Chuyển sang giá dây để nguội. Bảo quản trong hộp kín tối đa 2 tuần.

## 29. Biscotti hạt dẻ và mơ

Năng suất: 1 phần ăn

**Thành phần**

- 4 chén bột mì
- 2½ cốc đường
- 1 muỗng cà phê Bột nở
- ½ muỗng cà phê muối
- 6 quả trứng
- 2 Lòng đỏ trứng
- 1 muỗng canh chiết xuất vani
- 1 chén hạt phỉ , nướng, bóc vỏ,
- Băm nhỏ
- 1½ chén quả mơ khô thái hạt lựu
- 2 muỗng canh Nước

**Huớng**

a) Làm nóng lò ở 350F.

b) Trong khi đó, vào một bát lớn, rây bột mì, đường, bột nở và muối. Trong một bát khác, đánh cùng 5 quả trứng, 2 lòng đỏ trứng và vani. Trộn trứng đã đánh với hỗn hợp bột và thêm quả phỉ và quả mơ.

c) Trên một tấm bột nhẹ, nhào bột trong 5-7 phút, hoặc cho đến khi trộn đều. Nếu bột quá vụn để giữ lại với nhau, hãy thêm một chút nước. Chia bột thành 4 phần và cuộn từng phần này thành hình trụ có đường kính 2 inch.

d) Đặt 2 hình trụ cách nhau 3 inch trên mỗi 2 tấm nướng đã được bôi mỡ và hơi phẳng. Đánh trứng còn lại với nước và chải từng xi lanh bằng hỗn hợp. Nướng trong lò đã làm nóng trước trong 35 phút hoặc cho đến khi chín.

e) Lấy ra khỏi lò và giảm nhiệt xuống 325F. Cắt bánh quy theo đường chéo dày $\frac{3}{4}$ inch. Trải các lát đã thái ra khay nướng và cho trở lại lò nướng trong 10 phút hoặc cho đến khi bắt đầu chuyển màu. Để nguội và bảo quản trong lọ kín.

## 30. Biscotti chanh hương thảo

Năng suất: 30 phần ăn

**Thành phần**

- ½ chén hạnh nhân; toàn bộ nướng
- ⅓cốc Bơ; ngọt
- ¾ cốc Đường; dạng hạt
- 2 quả trứng; lớn
- 1 muỗng cà phê chiết xuất vani
- 3 muỗng cà phê Vỏ chanh
- 2¼ chén bột mì đa dụng
- 1½ muỗng cà phê Hương thảo tươi; Thái nhỏ
- ¼ muỗng cà phê muối

**Hướng**

a) bơ kem và đường với nhau. Thêm trứng, vani, vỏ chanh, hương thảo, muối và bột nở. Thêm vào bột từng cốc một.

b) Vỗ thành 2 ổ bánh cao khoảng 1 inch và rộng 2 inch. Nướng ở 325'F trong 25 phút hoặc cho đến khi vàng nâu.

c) Lấy ra khỏi lò và trượt chảo nướng lên thớt. Cắt bánh mì thành những lát dày ½ inch và đặt chúng trở lại khay nướng nằm nghiêng.

d) Cho khay nướng trở lại lò nướng và nướng thêm 10 phút nữa hoặc cho đến khi giòn.

# BÁNH QUY ĐƯỜNG

# 31. Bánh quy đường hạnh nhân

Năng suất: 32 cookie

**Thành phần**

- 5 muỗng canh Bơ thực vật (75 g)
- $1\frac{1}{2}$ muỗng canh Fructose
- 1 muỗng canh Lòng trắng trứng
- $\frac{1}{4}$ muỗng cà phê chiết xuất hạnh nhân, vani hoặc chanh
- 1 chén bột mì chưa tẩy trắng
- $\frac{1}{8}$ muỗng cà phê Baking soda
- 1 nhúm Kem cao răng
- 32 lát hạnh nhân

**Hướng**

a) Làm nóng lò ở 350F (180C). Trong một bát cỡ trung bình, kết hợp bơ thực vật và đường fructose, đánh cho đến khi nhẹ và mị n. Trộn trong lòng trắng trứng và chiết xuất hạnh nhân. Dần dần khuấy bột mì, muối nở và kem cao răng; trộn đều. Nặn thành những quả bóng $\frac{1}{2}$ inch ($1\frac{1}{2}$ cm). Đặt trên một tờ cookie không dính.

b) Nhúng một chiếc cốc đáy phẳng vào bột mì và ấn từng viên bột xuống để làm phẳng bánh quy. Trên cùng mỗi cookie với một lát hạnh nhân. Nướng trong 8 đến 10 phút, cho đến khi có màu nâu nhạt. Chuyển sang giấy da hoặc giấy sáp để nguội.

32. bánh quy đường

Sản xuất: 48 BÁNH QUY

**Thành phần**

- 1 hỗn hợp bánh sô cô la trắng 18,25 ounce
- $\frac{3}{4}$ chén bơ
- 2 lòng trắng trứng
- 2 muỗng canh kem nhẹ

**Hướng**

a) Đặt hỗn hợp bánh trong một bát lớn. Sử dụng máy xay bánh ngọt hoặc hai chiếc nĩa, cắt bơ cho đến khi các hạt mị n.
b) Trộn trong lòng trắng trứng và kem cho đến khi trộn. Đị nh hình bột thành một quả bóng và bọc lại.
c) Làm lạnh ít nhất hai giờ và tối đa 8 giờ trong tủ lạnh.
d) Làm nóng lò ở nhiệt độ 375°F.
e) Cán bột thành những viên tròn 1 inch và đặt trên các tấm bánh quy không bôi mỡ. Dùng đáy cốc ấn phẳng bột thành độ dày $\frac{1}{4}$ inch.
f) Nướng trong 7-10 phút hoặc cho đến khi các cạnh bánh quy có màu nâu nhạt.
g) Để nguội trên các tấm bánh quy trong 2 phút, sau đó lấy ra giá để nguội hoàn toàn.

# 33. Bánh quy đường với kem bơ

NĂNG SUẤT: 5 CHỤC

**Thành phần**

**Bánh quy:**

- 1 chén bơ
- 1 chén đường trắng
- 2 quả trứng
- 1/2 muỗng cà phê chiết xuất vani
- 31/4 chén bột mì đa dụng
- 1/2 muỗng cà phê bột nở
- 1/2 muỗng cà phê baking soda
- 1/2 thìa cà phê muối

**Buttercream frosting:**

- 1/2 chén rút ngắn
- 1 pound đường bánh kẹo
- 5 muỗng canh nước
- 1/4 muỗng cà phê muối
- 1/2 muỗng cà phê chiết xuất vani
- 1/4 muỗng cà phê chiết xuất hương vị bơ

**Huóng**

a) Trong một bát lón, trộn bơ, đuòng, trúng và vani bằng máy trộn điện cho đến khi nhẹ và mị n. Kết hợp bột mì, bột nở, muối nở và muối; dần dần khuấy hỗn hợp bột vào hỗn hợp bơ cho đến khi trộn đều bằng thìa chắc chắn. Làm lạnh bột trong 2 giờ.

b) Làm nóng lò ở nhiệt độ 400°F (200°C). Trên một bề mặt bột nhẹ, cán mỏng bột vói độ dày 1/4 inch. Cắt thành các hình dạng mong muốn bằng khuôn cắt bánh quy. Đặt các cookie cách nhau 2 inch lên các tấm cookie không bôi trơn.

c) Nuóng trong 4 đến 6 phút trong lò làm nóng truóc. Lấy bánh quy ra khỏi chảo và để nguội trên giá dây.

d) Dùng máy đánh trúng, đánh shortening, đuòng bánh kẹo, nuóc, muối, chiết xuất vani và huong liệu bơ cho đến khi bông xốp. Bánh quy đông lạnh sau khi chúng đã nguội hoàn toàn.

## 34. Bánh quy đường brickle hạnh nhân

Năng suất: 1 phần ăn

**Thành phần**

- $2\frac{1}{4}$ chén bột mì đa dụng
- 1 chén đường
- 1 chén bơ
- 1 quả trứng
- 1 muỗng cà phê baking soda
- 1 muỗng cà phê vani
- 6 ounce Hạnh nhân lát gạch

**Hướng**

a) Làm nóng lò ở 350F. Mỡ tấm cookie. Trong bát trộn lớn, kết hợp bột mì, đường, bơ, trứng, baking soda và vani. Đánh ở tốc độ trung bình, thường xuyên cạo bát cho đến khi trộn đều, từ 2 đến 3 phút. Khuấy các miếng gạch hạnh nhân.

b) Đị nh hình tròn một muỗng cà phê bột thành những quả bóng 1 inch. Đặt cách nhau 2 inch trên các tấm cookie đã chuẩn bị . Làm phẳng bánh quy có độ dày $\frac{1}{4}$ inch với đáy ly phết bơ nhúng đường.

c) Nướng từ 8 đến 11 phút hoặc cho đến khi các cạnh có màu nâu rất nhạt. Loại bỏ ngay lập tức.

## 35. Bánh quy đường Amish

Năng suất: 24 phần ăn

**Thành phần**

- ½ cốc Đường;
- ⅓chén đường bột;
- ¼ cốc bơ thực vật; (1/2 thanh)
- ⅓chén Dầu thực vật
- 1 quả trứng; (lớn)
- 1 muỗng cà phê vani
- 1 muỗng cà phê hương chanh hoặc hạnh nhân
- 2 muỗng canh Nước
- 2¼ chén bột mì đa dụng
- ½ thìa cà phê Baking soda
- ½ muỗng cà phê Kem cao răng;
- ½ muỗng cà phê muối

**Huóng**

a) Cho đường, bơ thực vật và dầu vào tô trộn và trộn ở tốc độ trung bình cho đến khi có dạng kem. Thêm trúng, vani, hương liệu và nước, trộn ở tốc độ trung bình trong 30 giây, cạo sạch bát trước và sau khi thêm các Thành phần này.

b) Khuấy các Thành phần còn lại với nhau để trộn đều; thêm vào hỗn hợp kem và trộn ở tốc độ trung bình để trộn. Tạo bột thành 24 quả bóng, sử dụng 1 muỗng canh bột cho mỗi quả bóng.

c) Đặt các quả bóng lên các tấm bánh quy đã được xị t bằng bình xị t chảo hoặc lót bằng giấy nhôm. Nhấn đều các quả bóng xuống $\frac{1}{2}$ 'với mặt sau của muỗng canh nhúng trong nước.

d) Nướng ở nhiệt độ 375 trong 12 đến 14 phút hoặc cho đến khi bánh quy có màu nâu ở đáy và có màu nâu nhạt xung quanh các cạnh. Lấy bánh quy ra giá dây và để nguội ở nhiệt độ phòng.

## 36. Bánh quy đường mỡ cơ bản

Năng suất: 1 phần ăn

**Thành phần**

- $\frac{3}{4}$ chén mỡ heo
- $\frac{3}{4}$ chén đường nâu đóng gói
- 1 quả trứng
- 1 muỗng cà phê vani
- 1 muỗng cà phê Bột nở

2 cốc bột

**Hướng**

a) Đánh mỡ lợn, đường và trứng với nhau cho đến khi kem và được trộn đều.

b) Khuấy vani và thêm bột nở và bột mì cho đến khi bột được hình thành.

c) Tạo bột thành những quả bóng có đường kính khoảng 1 inch và đặt trên một tấm bánh quy.

d) Dùng ngón tay ấn dẹt các viên bột một chút để tạo thành một chiếc bánh quy hình tròn. (Đối với bánh quy đường, hãy rắc một chút đường lên trên.) Nướng trong lò nướng 350 độ đã làm nóng trước cho đến khi các cạnh có màu nâu đẹp mắt.

e) Loại bỏ và để nguội.

## 37. Bánh quy đường quế

Năng suất: 48 phần ăn

**Thành phần**

- $2\frac{1}{2}$ cốc bột mì
- $\frac{1}{2}$ chén bơ
- $2\frac{1}{2}$ muỗng cà phê Bột nở
- $\frac{3}{4}$ cốc Đường
- $\frac{1}{4}$ muỗng cà phê muối
- 1 quả trứng; bị đánh
- $\frac{1}{8}$ muỗng cà phê quế
- $\frac{1}{2}$ cốc bơ sữa
- Hỗn hợp đường
- $\frac{1}{2}$ chén đường
- 1 muỗng cà phê quế

**Hướng**

a) Trộn bột mì với bột nở, muối và $\frac{1}{8}$ muỗng cà phê quế. Trong một bát khác, đánh kem và đường cho đến khi nhẹ và mị n. Thêm trứng và đánh cho thật nhừ.

b) Khuấy ⅓lượng bột, sau đó thêm sữa và phần bột còn lại, trộn đều giữa mỗi lần thêm. Đừng cho thêm bột mì, bột sẽ mềm và không dính sau khi để nguội.

c) Làm lạnh bột trong tủ lạnh trong vài giờ cho đến khi được làm lạnh hoàn toàn. Lấy thìa bột và nhẹ nhàng nặn thành những quả bóng.

d) Lăn các viên bột trong hỗn hợp quế / đường, sau đó làm phẳng và đặt trên một tấm bánh quy đã bôi mỡ và nướng ở nhiệt độ 375 độ trong khoảng 12 phút.

## 38. Bánh quy đường nứt

Năng suất: 48 phần ăn

**Thành phần**

- $1\frac{1}{4}$ chén đường
- 1 chén bơ, làm mềm
- 3 lòng đỏ trứng lớn, đánh bông
- 1 muỗng cà phê chiết xuất vani
- $2\frac{1}{2}$ chén bột mì đa dụng đã rây
- 1 muỗng cà phê baking soda
- $\frac{1}{2}$ muỗng cà phê Kem cao răng

**Hướng**

a) Làm nóng lò trước ở 350 độ. Bôi nhẹ hai tờ cookie. Kem đường và bơ với nhau cho đến khi nhạt. Đánh trong lòng đỏ và vani.

b) Rây bột mì, baking soda và cream of tartar đã rây với nhau, sau đó cho vào hỗn hợp bơ đường.

c) Tạo bột thành những quả bóng cỡ quả óc chó. Đặt cách nhau 2 inch trên các tấm bánh quy. Không làm phẳng.

d) Nướng trong khoảng 11 phút, cho đến khi các mặt bánh nứt ra và vừa chuyển màu. Làm mát trên giá dây. Làm 4 tá.

## 39. Bánh quy đường hồ đào

Năng suất: 1 phần ăn

**Thành phần**

- $1\frac{1}{4}$ chén Đường, nước màu nâu nhạt
- 3 thìa mật ong
- 1 quả trứng
- 2⅓chén bột mì
- 1 chén hồ đào, xay thô
- $2\frac{1}{2}$ muỗng canh quế
- 1 muỗng canh Baking soda
- 1 thìa hạt tiêu

**Hướng**

a) Trong bát trộn kết hợp đường nâu, nước, mật ong và trứng. Đánh khoảng 10 giây với máy trộn.
b) Trong một bát riêng, kết hợp bột mì, hồ đào, quế, hạt tiêu và muối nở, bột nở, trộn đều.
c) Thêm vào Nguyên liệu ướt và khuấy đều. Đổ bột từng thìa cà phê lên tấm bánh quy đã bôi mỡ. Nướng ở 375 độ trong 12 phút.
d) Làm khoảng 3 tá cookie. Để nguội trước khi bảo quản.

## 40. Bánh quy đường gia vị

Năng suất: 40 Cookies

**Thành phần**

- $\frac{3}{4}$ chén Rau rút ngắn ở nhiệt độ phòng
- 1 chén đường nâu nhạt được đóng gói chắc chắn
- 1 quả trứng lớn, đánh nhẹ
- $\frac{1}{4}$ chén mật mía không lưu huỳnh
- 2 chén bột mì đa dụng
- 2 thìa cà phê Baking soda
- 1 muỗng cà phê quế
- 1 thìa cà phê gừng xay
- $\frac{1}{2}$ thìa cà phê đinh hương xay
- $\frac{1}{4}$ muỗng cà phê muối
- Đường cát để chấm các viên bột.

**Hướng**

a) Trong một cái bát, đánh kem tươi với đường nâu cho đến khi hỗn hợp nhẹ và mị n, cho trứng và mật đường vào khuấy đều. Rây bột mì, muối nở, quế, gừng, đinh hương và muối vào một bát khác, thêm từng mẻ hỗn hợp bột vào hỗn hợp shortening và trộn đều bột. Làm lạnh bột, đậy nắp, trong 1 giờ.

b) Lăn từng muỗng canh bột thành những viên tròn, nhúng một mặt của mỗi viên vào đường cát và xếp các viên bột, các mặt có đường lên trên, cách nhau khoảng 3 inch trên khay nướng đã bôi mỡ. Nướng từng mẻ bánh quy ở giữa lò nướng đã làm nóng sẵn ở nhiệt độ 375 độ F trong 10 đến 12 phút hoặc cho đến khi chúng phồng lên và nứt mặt trên. chuyển bánh quy bằng thìa kim loại vào giá đỡ và để nguội. Làm khoảng 40 cookie.

# 41. Bánh quy đường quả hồ trăn

Năng suất: 1 phần ăn

**Thành phần**

- ½ chén bơ
- 1 chén đường
- 1 trứng lớn
- 1 muỗng cà phê vani
- 1¼ chén bột rây
- 1 muỗng cà phê Bột nở
- ¼ muỗng cà phê muối
- ⅓chén quả hồ trăn thái nhỏ

**Hướng**

a) Trong một bát lớn, đánh kem bơ và đường cho đến khi mềm và mịn; đánh trứng và vani. Kết hợp bột mì, bột nở và muối; thêm vào hỗn hợp kem và trộn đều. Làm lạnh bột thật kỹ.
b) Làm nóng lò ở 375ø. Cán bột dày ¼ inch trên tấm bột nhẹ. Cắt bằng khuôn cắt bánh quy và sắp xếp trên các tấm bánh quy không bôi trơn. Rắc quả hồ trăn xắt nhỏ lên trên; ấn nhẹ xuống.
c) Nướng ở 375ø trong khoảng 5 phút hoặc cho đến khi các cạnh bắt đầu chuyển sang màu nâu.
d) Di chuyển đến giá đỡ dây để làm mát.

# BÁNH QUY PHÔ MAI

# 42. Bánh khai vị phô mai

Năng suất: 1 phần

**Thành phần**

- 4 ounces (1 cốc) phô mai cheddar bào nhỏ.
- ½ chén Mayonnaise hoặc bơ mềm
- 1 chén bột mì đa dụng
- ½ muỗng cà phê muối
- 1 lát ớt đỏ xay

**Huóng**

a) Nhẹ thìa bột vào cốc đo luờng; chũng lại.

b) Trong một món ăn vùa phải, trộn phô mai, bơ thực vật, bột mì, muối và ớt đỏ. Trộn kỹ và Đậy nắp và làm lạnh trong 1 giờ.

c) Đị nh hình bột thành nhũng quả bóng 1 inch.

d) Đặt cách nhau 2 inch trên vỉ nuớng không bôi trơn. Làm phẳng bằng nĩa hoặc sử dụng bề mặt của miếng làm mềm thị t nhúng qua bột mì.

e) Nếu muốn, vẩy nhẹ vói ớt bột.

f) Nuóng trong 10 đến 12 phút

## 43. bánh quy sô cô la

Khẩu phần: 12 bánh quy

**Thành phần:**

- ½ chén bơ
- ⅓chén kem phô mai
- 1 quả trứng đánh tan
- 1 muỗng cà phê chiết xuất vani
- ⅓cốc erythritol
- ½ chén bột dừa
- ⅓cốc sô cô la chip không đường

**Hướng:**

a) Làm nóng nồi chiên không dầu ở nhiệt độ 350°F. Lót giấy nến vào giỏ nồi chiên không khí và đặt bánh quy vào bên trong

b) Trong một bát trộn bơ và pho mát kem. Thêm chiết xuất erythritol và vani và đánh cho đến khi mị n. Thêm trứng và đánh cho đến khi kết hợp. Trộn bột dừa và chocolate chip. Để bột nghỉ 10 phút.

c) Múc khoảng 1 muỗng canh bột và tạo hình bánh quy.

d) Đặt bánh quy vào giỏ nồi chiên không khí và nấu trong 6 phút.

## 44. Bánh quy kem phô mai quả mơ

Năng suất: 4 phần ăn

**Thành phần**

- $1\frac{1}{2}$ cốc bơ thực vật
- $1\frac{1}{2}$ cốc đường
- 8 ounce pho mát kem Philadelphia
- 2 quả trứng
- 2 thìa nước cốt chanh
- $1\frac{1}{2}$ muỗng cà phê Vỏ chanh
- $4\frac{1}{2}$ cốc bột mì
- $1\frac{1}{2}$ muỗng cà phê Bột nở
- ô mai
- Đường, bánh kẹo
- 11 ounce Quả mơ khô
- $\frac{1}{2}$ chén đường

**Hướng**

a) Kết hợp bơ thực vật, đường và kem pho mát mềm trộn cho đến khi tốt

b) trộn lẫn. Trộn trứng, nước cốt chanh và vỏ. Thêm các Thành phần khô đã kết hợp vào hỗn hợp kem phô mai và trộn đều và làm lạnh. Cuộn thành quả bóng cỡ trung bình. Đặt trên tấm cookie không bôi trơn. Ấn dẹt, ấn lõm giữa, cho nhân mơ vào giữa. Nướng 350 độ trong 15 phút. Để nguội một chút và rắc đường bột lên trên.

c) **Đổ đầy:**Đặt 1 pkg. (11 oz.) quả mơ trong nồi và thêm nước vừa đủ. Thêm $\frac{1}{2}$ cốc (hoặc tùy khẩu vị ) đường và đun sôi.

d) Đậy nắp và đun nhỏ lửa trong 10 phút hoặc cho đến khi quả mơ mềm và hầu hết nước được hấp thụ. Buộc qua rây hoặc quay trong máy xay sinh tố. Làm 2 cốc.

## 45. Bánh quy bơ đậu phộng phô mai

Năng suất: 12 phần ăn

**Thành phần**

- ½ chén bơ đậu phộng
- 1 cốc sắc hoặc nhẹ
- Phô mai Cheddar
- ⅔chén bơ, để mềm
- 1½ cốc Bột mì đa dụng chua tẩy trắng
- ½ muỗng cà phê muối

**Huóng**

a) Trong một bát vừa, kết hợp bơ đậu phộng, phô mai, bơ, bột mì và muối. Trộn đều. Đậy nắp và làm lạnh trong 1 giờ.

b) Làm nóng lò nướng ở nhiệt độ 375 độ F. Đặt một thìa bột cách nhau 2 inch trên khay nướng bánh quy và nướng trong 10 đến 12 phút hoặc cho đến khi có màu vàng nâu.

## 46. Bánh phô mai tươi

Năng suất: 6 phần ăn

**Thành phần**

- ½ chén Bơ hoặc chất thay thế bơ
- 1½ cốc bột mì
- 2 muỗng cà phê Bột nở
- ½ chén phô mai Cottage
- ½ chén đường
- ½ muỗng cà phê muối

**Huóng**

a) Kem bơ và phô mai cho đến khi trộn kỹ. Rây bột mì, đong và rây với đường, bột nở và muối. Thêm dần dần vào hỗn hợp đầu tiên. Hình thành một ổ bánh mì. Thư giãn qua đêm. Thái lát mỏng.

b) Đặt trên tấm nướng dầu nhẹ. Nướng trong lò nướng vừa phải (400 F) 10 phút hoặc cho đến khi có màu nâu nhạt.

## 47. Bánh yến mạch phô mai

Năng suất: 1 phần ăn

**Thành phần**

- 1 chén bột mì
- 1 muỗng cà phê muối
- $\frac{1}{2}$ thìa cà phê Baking soda
- 1 muỗng cà phê quế
- $1\frac{1}{2}$ cốc đường
- $\frac{1}{2}$ cốc mật mía
- 1 quả trứng đánh tan
- 1 muỗng cà phê Vỏ chanh
- 1 muỗng canh nước cốt chanh
- $\frac{3}{4}$ chén Shortening nóng chảy
- $\frac{1}{2}$ chén phô mai kem
- 3 chén yến mạch cán nấu nhanh

**Huớng**

a) Rây bột mì, muối, baking soda và quế. Trộn năm Thành phần tiếp theo, sau đó thêm hỗn hợp bột mì đã rây, mỡ ngắn và phô mai.

b) Trộn yến mạch cán mỏng. Thả từng thìa cà phê lên tấm bánh quy đã bôi mỡ và nướng ở nhiệt độ 350-375 cho đến khi hoàn thành. Làm 4 tá bánh quy.

## 48. Bánh quy kem phô mai và thạch

Năng suất: 36 Cookies

**Thành phần**

- $\frac{3}{4}$ chén Margarine, làm mềm
- 8 ounce Pkg. giảm=phô mai kem béo, làm mềm
- 2$\frac{1}{2}$ muỗng cà phê chất làm ngọt
- 2 chén bột mì đa dụng
- $\frac{1}{4}$ muỗng cà phê muối
- $\frac{1}{4}$ cốc quả anh đào đen HOẶC quả mâm xôi không hạt có thể phết được

**Hướng**

a) Đánh bơ thực vật, phô mai kem và Số lượng bằng nhau trong bát vừa cho đến khi bông mị n; trộn bột và muối, tạo thành bột mềm. Làm lạnh, đậy nắp, cho đến khi bột cứng lại, khoảng 3 giờ.
b) Cán bột trên bề mặt đã rắc nhẹ bột thành hình tròn dày $\frac{1}{8}$ inch, cắt thành hình tròn bằng dao cắt 3 inch. Đặt $\frac{1}{4}$ muỗng cà phê trái cây tròn vào giữa mỗi viên tròn; gấp các viên tròn thành hai nửa và gấp mép chắc chắn bằng nĩa. Dùng mũi dao nhọn chọc thủng phần trên của bánh quy.
c) Nướng bánh quy trên các tấm bánh quy đã bôi mỡ trong lò nướng 350°C đã làm nóng trước cho đến khi có màu nâu nhạt, khoảng 10 phút. Làm mát trên giá đỡ dây.

## 49. Bánh quy nhân kem phô mai

Năng suất: 5 phần ăn

**Thành phần**

- 1 cốc Đường;
- 1 cốc bơ thực vật; làm mềm -=HOẶC=-
- 1 chén bơ
- 1 gói (3-oz) pho mát kem, làm mềm
- 1 muỗng cà phê vani
- 1 quả trứng;
- 2½ chén bột mì All-propose; -=HOẶC=-
- 2½ chén bột mì chua tẩy trắng
- ¼ muỗng cà phê Muối;
- Đường màu; NẾU MUỐN

**Hướng**

a) Trong một bát lớn, đánh đường, bơ thực vật, pho mát kem cho đến khi nhẹ và mị n. Thêm vani và trứng, trộn đều.

b) Múc nhẹ thìa bột vào cốc đo lường, gạt phẳng. Khuấy bột và muối vào bơ thực vật; trộn đều. Bọc bằng màng bọc thực phẩm; để tủ lạnh từ một đến hai giờ để xử lý dễ dàng hơn. Làm nóng lò 375 F.

c) Trên bột nhẹ; độ dày; làm lạnh phần bột còn lại. Cắt bột đã cán thành hình dạng mong muốn bằng khuôn cắt bánh quy. Đặt cách nhau 1 inch trên tấm bánh quy không bôi trơn.

d) Để nguyên bánh quy hoặc rắc đường màu lên chúng.

e) Nướng bánh quy ở nhiệt độ 375 độ trong 7 - 10 phút hoặc cho đến khi các cạnh có màu nâu nhạt. Làm mát một phút; xóa khỏi trang cookie. Làm lạnh và trang trí bánh quy đơn giản, nếu muốn.

## 50. Bánh quy bơ đậu phộng kem phô mai khổng lồ

Năng suất: 12 phần ăn

**Thành phần**

- 1 cuộn bánh quy lát lạnh 'n' nướng
- ¾ chén bơ đậu phộng
- 4 ounce kem pho mát; làm mềm
- 3 muỗng canh Đường
- ⅛ muỗng cà phê muối
- 3 muỗng canh bơ thực vật hoặc bơ, làm mềm
- 2 muỗng canh Sữa
- 2 muỗng cà phê chiết xuất vani
- ½ chén đậu phộng; Băm nhỏ

**Huớng**

a) Làm nóng lò nuớng ở nhiệt độ 375 độ F. Cán bột bánh quy lên khuôn nướng bánh pizza 12 inch. Nướng trong 12 đến 13 phút hoặc cho đến khi vàng nâu.

b) Để nguội cho đến khi chạm vào lạnh. Trong một bát nhỏ, kết hợp bơ đậu phộng, phô mai kem, đường, muối, bơ thực vật, sữa và vani. Đánh ở tốc độ trung bình, của máy trộn điện, cho đến khi nhẹ và bông. Phết hỗn hợp lên mặt bánh và rắc đậu phộng giã nhỏ. Cắt thành nêm.

## 51. Bánh quy phô mai Mexico

Năng suất: 24 phần ăn

**Thành phần**

- ½ chén đường
- ⅓cốc bơ thực vật
- 1 chén pho mát Monterey jack --
- băm nhỏ
- 1 chén bột mì đa dụng
- 1 muỗng cà phê Bột nở
- ¼ muỗng cà phê muối
- 1 quả trứng lớn - bị  đánh đập

**Hướng**

a) Làm nóng lò nướng đến 375 độ. 1-Trộn đường và bơ thực vật đã làm mềm; khuấy trong pho mát. Khuấy các Thành phần còn lại trừ trứng. 2-Lăn bột bằng thìa cà phê thành que, khoảng 3½ x ½ inch. Đặt trên tấm bánh quy được bôi mỡ nhẹ. Ấn nhẹ que để làm phẳng. Chải với trứng đánh.

b) 3-Chỉ  nướng cho đến khi các cạnh có màu nâu nhạt, 8-10 phút. Lấy ngay ra khỏi tấm và để nguội trên giá đỡ dây. Những cookie độc đáo này rất sắc nét.

## 52. Bánh quy phô mai kem cam

Năng suất: 48 phần ăn

**Thành phần**

- ½ cốc rút ngắn
- 2 quả trứng
- 2 muỗng canh Vỏ cam nạo
- 2 chén bột rây
- 12 ounce sô cô la chip
- 1 chén đường
- 8 ounce Phô mai kem
- 2 muỗng cà phê vani
- 1 muỗng cà phê muối

**Hướng**

a) Kem ngắn, đường và trứng với nhau; thêm pho mát kem, vỏ cam và vani. Dần dần thêm bột mì đã được thêm muối; trộn đều.
b) Trộn trong sô cô la chip. Thả từ thìa cà phê lên tấm bánh quy chưa bôi mỡ.
c) Nướng trong lò 350 độ khoảng 10 đến 12 phút.

## 53. Bánh táo phô mai Herbed

Năng suất: 1 phần ăn

**Thành phần**

- $\frac{3}{4}$ chén bột mì đa dụng
- $\frac{3}{4}$ chén bột mì nguyên cám
- 1 chén Cheddar sắc nét, nạo
- 4 muỗng canh bơ hương vị ngắn
- 1 quả trứng
- $\frac{1}{2}$ cốc bơ sữa
- 2 quả táo, gọt vỏ, bỏ lõi và thái nhỏ
- 1 muỗng cà phê mùi tây tươi, xắt nhỏ

**Hướng**

a) Làm nóng lò ở 400øF. Kết hợp các loại bột và phô mai, và cắt ngắn. Đánh trứng với buttermilk, đổ vào hỗn hợp bột.

b) Thêm táo và rau mùi tây vào hỗn hợp bột ướt, khuấy đều cho đến khi bột mềm. Thả một muỗng canh lên một tấm bánh quy không bôi trơn và nướng trong 15 đến 20 phút.

## 54. Bánh phô mai Ricotta

Năng suất: 5-8 phần ăn

**Thành phần**

- ½ cân Bơ thực vật
- 2 quả trứng
- 1 pound phô mai Ricotta
- 2 cốc Đường
- 1 muỗng cà phê Bột nở
- 1 muỗng cà phê baking soda
- 4 chén bột mì
- 2 muỗng cà phê chiết xuất vani hoặc chanh
- ¼ muỗng cà phê nhục đậu khấu

**Hướng**

a) Kem bơ và đường, sau đó thêm chiết xuất. Thêm từng quả trứng vào, đánh đều sau mỗi lần thêm. Thêm phô mai và đánh 1 phút.
b) Thêm Thành phần khô từ từ. Thả từng thìa cà phê lên tấm bánh quy chưa bôi mỡ. Nướng ở 350° trong 12-15 phút.
c) Cho ra giá để nguội và rắc đường bột nếu muốn.

## 55. Bánh quy sô cô la phô mai dai dai

Năng suất: 48 phần ăn

**Thành phần**

- 8 ounce Phô mai kem nhẹ
- ½ cốc bơ thực vật
- 1 quả trứng
- 1½ cốc đường
- 300 gram Socola chip; đã chia ra
- 2¼ cốc bột mì
- 1½ thìa cà phê Baking soda
- ½ chén quả óc chó băm nhỏ

**Hướng**

a) Đánh kem phô mai với bơ, trứng và đường cho đến khi nhẹ và mị n. Làm tan chảy 1 chén sô cô la chip.

b) Khuấy thành bột. Khuấy bột mì, muối nở và quả óc chó cùng với sô cô la vụn còn lại. Thả từ muỗng canh lên tờ cookie chưa bôi trơn.

c) Nướng ở 350 độ trong 10-12 phút hoặc cho đến khi các cạnh cứng lại. Lấy ra khỏi tấm cookie và để nguội.

# BÁNH QUY GỪNG

## 56. Gingersnaps của bà

**Thành phần**

- 3/4 cốc bơ thực vật
- 1 chén đường trắng
- 1 quả trứng
- 1/4 chén mật mía
- 2 chén bột mì đa dụng
- 1 muỗng canh gừng xay
- 1 muỗng cà phê bột quế
- 2 muỗng cà phê baking soda
- 1/2 thìa cà phê muối
- 1/2 chén đường trắng để trang trí

**Hướng**

a) Làm nóng lò ở nhiệt độ 350°F (175°C).

b) Trong một bát vừa, trộn bơ thực vật và 1 cốc đường trắng cho đến khi mị n. Đánh trứng và mật đường cho đến khi trộn đều. Kết hợp bột mì, gừng, quế, baking soda và muối; khuấy vào hỗn hợp mật đường để tạo thành bột nhão. Cán bột thành những quả bóng 1 inch và lăn những quả bóng đó trong phần đường còn lại. Đặt các cookie cách nhau 2 inch lên các tấm cookie không bôi trơn.

c) Nướng trong 8 đến 10 phút trong lò làm nóng trước. Để bánh nguội trên khay nướng trong 5 phút trước khi lấy ra giá để nguội hoàn toàn.

## 57. Chàng trai bánh gừng

**Thành phần**

- 1 chén bơ, làm mềm
- 1 1/2 chén đường trắng
- 1 quả trứng
- 11/2 muỗng canh vỏ cam
- 2 muỗng canh xi-rô ngô đen
- 3 chén bột mì đa dụng
- 2 muỗng cà phê baking soda
- 2 muỗng cà phê bột quế
- 1 muỗng cà phê gừng xay
- 1/2 thìa cà phê đinh hương xay
- 1/2 thìa cà phê muối

**Hướng**

a) Kem bơ và đường với nhau. Thêm trứng và trộn đều. Trộn vỏ cam và xi-rô ngô đen. Thêm bột mì, baking soda, quế, gừng, đinh hương và muối, trộn cho đến khi kết hợp tốt. Làm lạnh bột trong ít nhất 2 giờ.

b) Làm nóng lò ở nhiệt độ 375°F (190°C). Mỡ tấm cookie. Trên một bề mặt bột nhẹ, cán bột dày đến 1/4 inch. Cắt thành các hình dạng mong muốn bằng khuôn cắt bánh quy. Đặt các cookie cách nhau 1 inch trên các tấm cookie đã chuẩn bị .

c) Nướng từ 10 đến 12 phút trong lò đã làm nóng trước, cho đến khi bánh quy cứng lại và nướng nhẹ ở các cạnh.

# 58. Socola Rum Balls

**Thành phần**

- 3 1/4 chén bánh vani nghiền nát
- 3/4 chén đường bánh kẹo
- 1/4 chén bột ca cao không đường
- 1 1/2 chén quả óc chó xắt nhỏ
- 3 muỗng canh xi-rô ngô nhẹ
- 1/2 cốc rượu rum

**Hướng**

a) Trong một bát lớn, khuấy đều các miếng vani nghiền nát, 3/4 cốc đường bánh kẹo, ca cao và các loại hạt. Trộn trong xi-rô ngô và rượu rum.

b) Đị nh hình thành những quả bóng 1 inch và lăn thêm đường bánh kẹo. Bảo quản trong hộp kín trong vài ngày để phát triển hương vị . Lăn lại trong đường bánh kẹo trước khi phục vụ.

# 59. Bánh quy mật gừng

Năng suất: 72 phần ăn

**Thành phần**

- 2½ cốc bột mì
- 2 muỗng cà phê gừng xay
- 1 muỗng cà phê quế
- 2 thìa cà phê Baking soda
- ½ muỗng cà phê muối
- 12 muỗng canh Bơ không ướp muối
- 1 chén đường nâu
- 1 quả trứng
- ⅓cốc Mật mía
- Đường để lăn

**Hướng**

a) Kết hợp bột mì, gia vị , soda và muối. Với máy trộn điện ở tốc độ trung bình thấp, đánh bơ và đường cho đến khi nhẹ và bông. Đánh trứng và mật đường. Giảm tốc độ xuống thấp và dần dần thêm hỗn hợp bột cho đến khi vừa trộn. Làm lạnh cho đến khi chắc, khoảng 1 giờ. Làm nóng lò nướng đến 350~.

b) Định hình bột thành những quả bóng khoảng 1 inch, cuộn trong đường và đặt cách nhau khoảng 2 inch trên khay nướng. Nướng cho đến khi các cạnh bắt đầu có màu nâu, khoảng 15 phút. Để nguội trên khay nướng 2 phút, sau đó chuyển sang giá đỡ bằng dây.

## 60. Bánh quy gừng dẻo Giáng sinh

Năng suất: 1 phần ăn

**Thành phần**

- 2 cốc Đường
- 1 chén mật mía
- 1 cốc Crisco
- 2 quả trứng
- 2 muỗng cà phê Soda
- 4 chén bột mì
- 2 thìa cà phê Gừng
- 2 muỗng cà phê quế
- 1 muỗng cà phê đinh hương
- ½ muỗng cà phê muối

**Hướng**

a) Trộn đều bằng tay và thêm: Trộn tất cả lại với nhau (bằng tay - không dùng máy trộn).

b) Vo tròn thành những viên có kích thước bằng quả óc chó nhỏ, sau đó lăn vào đường màu đỏ và xanh lá cây. Nướng ở 350 độ trong khoảng 9 phút. Những chiếc bánh quy trông có vẻ chưa chín hẳn nhưng không nướng cho đến khi cứng khiến chúng bị dai. Bánh quy sẽ chìm xuống và có vết nứt bên trong.

## 61. Thả bánh quy gừng

Năng suất: 1 phần ăn

**Thành phần**

- 1 chén đường
- 1 chén mật mía
- 1 cốc rút ngắn
- 3 quả trứng
- 1 ly nước; nóng
- 1 muỗng canh Baking soda
- 1 muỗng canh Gừng
- 1 muỗng cà phê muối
- 5 chén bột mì

**Hướng**

a) Kem shortening và đường. Thêm trứng, đánh đều. Thêm mật đường, gừng và muối. Đánh lại. Thêm soda vào nước nóng. Khuấy đều.

b) Thêm vào hỗn hợp trên. Thêm bột và đổ từng thìa lên chảo mỡ.

c) Nướng trong lò nướng vừa phải.

## 62. Bánh quy chanh gừng

Năng suất: 36 phần ăn

**Thành phần**

- $\frac{1}{4}$ pound Bơ không ướp muối
- $\frac{3}{4}$ cốc Đường; thêm
- 2 muỗng canh Đường-- cộng thêm
- để rắc
- 1 trứng lớn
- 1 muỗng canh vỏ chanh nạo
- 1⅓chén bột mì đa dụng
- $\frac{1}{2}$ thìa cà phê gừng xay
- $\frac{1}{2}$ thìa cà phê Baking soda
- $\frac{1}{4}$ muỗng cà phê muối
- $\frac{1}{4}$ chén gừng kết tinh trong xúc xắc 1/8"

**Hướng**

a) Làm nóng lò nướng đến 350 độ. Dòng 2 tấm nướng với giấy da; để qua một bên.
b) Trong máy trộn điện, dùng phới lồng trộn bơ và đường ở tốc độ trung bình đến cao cho đến khi nhẹ và bông trong khoảng 5 phút, cạo hai bên thành bát hai lần. Thêm trứng; trộn ở tốc độ cao để kết hợp.
c) Thêm niềm say mê; trộn để kết hợp. Trong một cái bát, đánh đều bột mì, gừng xay, muối nở, muối và gừng kết tinh, thêm vào hỗn hợp bơ; trộn ở tốc độ trung bình thấp để kết hợp, khoảng 20 giây. Dùng hai thìa nhỏ khoảng 2 thìa cà phê bột lên khay nướng; lặp lại, đặt chúng cách nhau 2 inch.
d) Nướng trong 7 phút. Làm 3 tá.

## 63. Bánh quy gừng ít béo

Năng suất: 1 phần ăn

**Thành phần**

- 1 chén đường nâu đóng gói
- ¼ chén nước sốt táo
- ¼ cốc mật mía
- 1 trứng lớn
- 2¼ cốc bột mì
- 3 muỗng cà phê gừng xay
- 1½ thìa cà phê quế
- ¼ thìa cà phê đinh hương xay
- 1 muỗng cà phê baking soda
- ¼ chén Đường trắng

**Hướng**

a) Đánh đều đường nâu, nước sốt táo, mật đường và trứng trong một bát lớn cho đến khi mị n. Trong một bát khác, kết hợp các Thành phần còn lại (trừ đường trắng) và khuấy vào hỗn hợp ướt. Che và làm lạnh ít nhất 2 giờ hoặc qua đêm.
b) Làm nóng lò trước ở 350 độ. Nặn bột thành những viên nhỏ cỡ quả óc chó, lăn trong đường trắng và đặt cách nhau 2 inch trên một tấm bánh quy đã bôi mỡ.
c) Nướng trong 10-15 phút.
d) Hủy bỏ và làm mát trên một giá đỡ.

## 64. Bánh quy bí ngô và gừng tươi

Năng suất: 2 chục

**Thành phần**

- $1\frac{1}{4}$ chén đường nâu nhạt đóng gói
- 1 chén bí ngô nghiền
- 1 trứng lớn
- 2 muỗng canh củ gừng tươi nạo
- 2 muỗng canh Kem chua
- 1 muỗng cà phê vani
- $\frac{1}{2}$ chén bơ lạt làm mềm
- $2\frac{1}{4}$ cốc bột mì
- 1 muỗng cà phê baking soda
- 1 muỗng cà phê Bột nở
- $\frac{1}{2}$ muỗng cà phê muối
- $\frac{1}{2}$ muỗng cà phê quế
- 1 chén quả óc chó xắt nhỏ
- 1 chén nho khô hoặc nho khô xắt nhỏ

**Hướng**

a) Làm nóng lò nướng ở nhiệt độ 350 và bôi nhẹ các tấm bánh quy. Kết hợp đường, bí ngô, trứng, gừng, kem chua và vani trong bộ xử lý thực phẩm.
b) Chế biến nhuyễn mị n. Thêm bơ và xử lý thêm 8 giây nữa.
c) Trộn bột baking soda, bột nở, muối và quế. Khuấy Thành phần khô vào chất lỏng theo 2 giai đoạn cho đến khi hòa quyện.

## 65. Những cái bánh quy gừng mềm

Năng suất: 1 phần ăn

**Thành phần**

- 12 chén bột mì
- 4 chén Mật đường
- 2 cốc rút ngắn
- 2 ly Sữa; chua
- 2 thìa cà phê Baking soda
- 2 muỗng canh Gừng
- 2 muỗng canh quế
- 1 muỗng cà phê muối
- 2 quả trứng; bị đánh

**Hướng**

a) Rây bột vào chảo, tạo hình giếng ở giữa. Thêm shortening, mật đường.
b) sữa chua trong đó soda đã được hòa tan. Thêm gia vị , muối và trứng.
c) Trộn nhanh để bột mềm mịn. Nướng trong lò nướng vừa phải.

## 66. Những giấc mơ ngọt ngào bánh quy gừng

Năng suất: 72 phần ăn

**Thành phần**

- 2 que bơ thực vật; làm mềm
- 1½ cốc Đường nâu nhạt; đóng gói chắc chắn
- 2 quả trứng
- 2½ chén bột mì đa dụng
- 1 muỗng cà phê baking soda
- ½ muỗng cà phê muối
- 1 muỗng cà phê quế
- 1 thìa cà phê gừng xay
- 1 chén hồ đào xắt nhỏ
- 12 ounce miếng vani
- 1 muỗng cà phê chiết xuất vani

**Hướng**

a) Kem cùng bơ thực vật, đường nâu và trứng. Trộn với nhau sau đó thêm bột mì, baking soda, muối, quế và gừng. Cho quả hồ đào, vani chip và vani vào.
b) Tạo thành những quả bóng một inch. Lăn viên trong đường bánh kẹo.
c) Nướng 8-10 phút ở 375 độ.

# BÁNH QUY

## 67. cam nam việt quất giọt

**Thành phần**

- 1/2 chén đường nâu đóng gói
- 1/4 chén bơ, làm mềm
- 1 quả trứng
- 3 muỗng canh nước cam
- 1/2 muỗng cà phê chiết xuất cam
- 1 muỗng cà phê vỏ cam nạo
- 1 1/2 chén bột mì đa dụng
- 1/2 muỗng cà phê bột nở
- 1/4 muỗng cà phê baking soda
- 1/4 muỗng cà phê muối
- 1 chén nam việt quất khô

**Hướng**

a) Làm nóng lò ở nhiệt độ 375°F(190°C). Bôi nhẹ các tấm bánh quy, hoặc lót bằng giấy da.

b) Trong một bát vừa, trộn đều đường trắng, đường nâu và bơ. Khuấy trứng, nước cam, chiết xuất cam và vỏ cam. Rây bột mì, bột nở, muối nở và muối; trộn vào hỗn hợp màu cam. Khuấy quả nam việt quất khô. Đổ bột bánh quy bằng cách đổ đầy từng thìa cà phê, cách nhau 2 inch, trên các tấm bánh quy đã chuẩn bị .

c) Nướng trong 10 đến 12 phút, hoặc cho đến khi các cạnh bắt đầu có màu nâu. Để nguội trên khay nướng trong 5 phút, sau đó lấy ra giá để nguội hoàn toàn.

## 68. Giọt đường mận

**Thành phần**

- 1/2 chén bơ, làm mềm
- 1/2 chén rút ngắn
- 11/2 chén đường trắng
- 2 quả trứng
- 2 muỗng cà phê chiết xuất vani
- 2 3/4 chén bột mì đa dụng
- 2 muỗng cà phê kem cao răng
- 1 muỗng cà phê baking soda
- 1/4 muỗng cà phê muối
- 2 muỗng canh đường trắng
- 2 muỗng cà phê bột quế

**Hướng**

a) Làm nóng lò ở nhiệt độ 400°F (200°C).

b) Đánh bông bơ, shortening, 1 1/2 chén đường, trứng và vani. Trộn bột mì, cream of tartar, soda và muối. Đị nh hình bột bằng thìa tròn thành quả bóng.

c) Trộn 2 muỗng canh đường và quế. Lăn viên bột trong hỗn hợp. Đặt cách nhau 2 inch trên các tấm nướng không mỡ.

d) Nướng từ 8 đến 10 phút hoặc cho đến khi chín nhưng không quá cứng. Loại bỏ ngay lập tức khỏi tấm nướng.

## 69. Bánh quy ngày lễ Trăng lưỡi liềm của Viên

**Thành phần**

- 2 chén bột mì đa dụng
- 1 chén bơ
- 1 cốc quả phỉ , xay
- 1/2 chén đường bánh kẹo rây
- 1/8 muỗng cà phê muối
- 1 muỗng cà phê chiết xuất vani
- 2 chén đường bánh kẹo rây
- 1 quả vani

**Huóng**

a) Làm nóng lò ở nhiệt độ 375°F (190°C).

b) Trong một bát trộn lớn, kết hợp bột mì, bơ, các loại hạt, 1/2 chén đường, muối và vani. Trộn đều tay cho đến khi được trộn đều. Đị nh hình bột thành một quả bóng. Che và làm lạnh trong 1 giờ.

c) Trong khi đó, đặt đường vào một cái bát hoặc hộp nhỏ. Với con dao đầu bếp sắc bén, tách đậu vani theo chiều dọc. Nạo bỏ hạt, trộn với đường. Cắt quả thành miếng 2 inch và trộn với đường.

d) Lấy bột ra khỏi tủ lạnh và tạo thành những quả bóng 1 inch. Lăn từng quả bóng thành một cuộn nhỏ, dài 3 inch. Thả cách nhau 2 inch trên tấm bánh quy chưa bôi mỡ và uốn cong từng chiếc để tạo thành hình lưỡi liềm.

e) Nướng từ 10 đến 12 phút trong lò đã làm nóng trước hoặc cho đến khi chín nhưng không có màu nâu.

f) Để yên trong 1 phút, sau đó lấy ra khỏi tấm cookie. Đặt bánh quy nóng trên một tờ giấy nhôm lớn. Rắc hỗn hợp đường đã chuẩn bị . Xoay nhẹ nhàng để phủ đều hai bên. Để nguội hoàn toàn và bảo quản trong hộp kín ở nhiệt độ phòng. Ngay trước khi dùng, phủ thêm đường có hương vani.

## 70. Cranberry Hootycreeks Drops

Thành phần

- 5/8 chén bột mì đa dụng
- 1/2 chén yến mạch cán mỏng
- 1/2 chén bột mì đa dụng
- 1/2 muỗng cà phê baking soda
- 1/2 thìa cà phê muối
- 1/3 chén đường nâu đóng gói
- 1/3 chén đường trắng
- 1/2 chén nam việt quất khô
- 1/2 chén sô cô la chip trắng
- 1/2 chén hồ đào xắt nhỏ

Hướng

a) Xếp các Thành phần vào bình 1 lít hoặc 1 lít, theo thứ tự được liệt kê.

b) 1. Làm nóng lò ở nhiệt độ 350°F (175°C). Bôi trơn một tờ cookie hoặc dòng bằng giấy da.

c) 2. Trong một bát vừa, đánh 1/2 cốc bơ mềm, 1 quả trứng và 1 thìa cà phê vani cho đến khi bông xốp. Thêm toàn bộ lọ Nguyên liệu và trộn đều bằng tay cho đến khi được trộn đều. Thả bằng cách chất đầy thìa lên các tấm nướng đã chuẩn bị .

d) 3. Nướng trong 8 đến 10 phút hoặc cho đến khi các cạnh bắt đầu chuyển sang màu nâu. Để nguội trên khay nướng, hoặc lấy ra để nguội trên giá đỡ dây.

# 71. Bánh quy táo-nho khô

Năng suất: 1 phần ăn

**Thành phần**

- 1 gói Hỗn hợp bánh vàng tối cao ẩm Pillsbury
- 1 muỗng cà phê quế
- $\frac{1}{2}$ muỗng cà phê nhục đậu khấu
- $\frac{1}{2}$ chén kem chua
- 2 quả trứng
- 1 chén táo; Cắt nhỏ
- $\frac{1}{2}$ chén nho khô
- 2 muỗng canh Đường bột
- 4 tá bánh quy.

**Hướng**

a) Làm nóng lò nướng đến 350F. Mỡ tấm cookie. Trong tô lớn, trộn hỗn hợp bánh, quế, nhục đậu khấu, kem chua và trứng; pha trộn tốt.

b) Khuấy táo và nho khô. Thả bột bằng cách đổ từng thìa cà phê cách nhau 1 inch lên các tấm bánh quy đã bôi mỡ. 2.

c) Nướng 10 đến 14 phút hoặc cho đến khi các cạnh có màu nâu vàng.

d) Xóa ngay khỏi trang cookie. Làm nguội 5 phút hoặc cho đến khi nguội hoàn toàn. Rắc đường bột nếu muốn.

## 72. bánh quy việt quất

Năng suất: 30 phần ăn

**Thành phần**

- 2 chén bột rây
- 2 muỗng cà phê Bột nở
- $\frac{1}{4}$ muỗng cà phê muối
- $\frac{3}{4}$ cốc rút ngắn
- 1 chén đường
- 2 quả trứng
- $1\frac{1}{2}$ muỗng cà phê Vỏ chanh nạo
- $\frac{1}{2}$ cốc sữa
- 1 chén quả việt quất tươi

**Hướng**

a) Rây đều bột mì, bột nở và muối. Đánh kem cho đến khi mềm và dần dần cho đường vào. Thêm trứng và vỏ chanh và đánh cho đến khi trộn đều. Thêm hỗn hợp bột xen kẽ với sữa, đánh cho đến khi mị n sau mỗi lần thêm.

b) Nhẹ nhàng gấp trong quả việt quất. Thả từng muỗng cà phê lên tấm bánh quy đã bôi mỡ. Nướng ở 375 trong 10-12 phút.

## 73. Bánh quy thả quả anh đào

Năng suất: 48 phần ăn

**Thành phần**

- 1 gói Bánh Cherry Supreme Deluxe
- ½ chén Dầu ăn
- 2 muỗng canh Nước
- 2 quả trứng
- Vài giọt màu thực phẩm đỏ
- 1 chén hạt xắt nhỏ
- Anh đào maraschino cắt làm tư

**Hướng**

a) Làm nóng lò trước ở 350 độ. Trộn hỗn hợp bánh, dầu, nước, trứng và màu thực phẩm. Khuấy các loại hạt. Thả từ một thìa cà phê lên một tờ bánh quy không bôi trơn. Phủ một phần tư quả anh đào maraschino lên trên mỗi chiếc bánh quy.

b) Nướng trong 10-12 phút. Để nguội trên tấm bánh quy trong khoảng 1 phút, sau đó để lên giá để nguội hoàn toàn.

## 74. Bánh quy ca cao

Năng suất: 5 tá

**Thành phần**

- $\frac{1}{2}$ cốc rút ngắn
- 1 chén đường
- 1 quả trúng
- $\frac{3}{4}$ cốc bơ sữa
- 1 muỗng cà phê chiết xuất vani
- $1\frac{3}{4}$ cốc bột mì, đa dụng
- $\frac{1}{2}$ muỗng cà phê Soda
- $\frac{1}{2}$ muỗng cà phê muối
- $\frac{1}{2}$ cốc ca cao
- 1 chén hồ đào; xắt nhỏ (hoặc quả óc chó)

**Huóng**

a) Kem rút ngắn; dần dần thêm đường, đánh cho đến khi nhẹ và mị n. Thêm trúng, đánh đều. Khuấy bơ sữa và chiết xuất vani.

b) Kết hợp bột mì, soda, muối và ca cao; thêm vào hỗn hợp kem, đánh đều. Cho quả hồ đào vào khuấy đều. Làm lạnh bột 1 giờ.

c) Thả bột từng thìa cà phê, cách nhau 2 inch, trên các tấm bánh quy đã bôi mỡ.

d) Nướng ở 400 độ trong 8 đến 10 phút.

# 75. Ngày đầy thả cookie

Năng suất: 30 cookie

**Thành phần**

- 4 cốc Hỗn hợp bánh quy cơ bản
- $\frac{1}{4}$ muỗng cà phê quế
- 2 quả trứng, đánh tan
- 1 chén chà là xắt nhỏ
- 3 muỗng canh Đường
- 1 muỗng cà phê vani
- $\frac{1}{4}$ chén nước hoặc bơ sữa
- Nửa quả óc chó
- 3 muỗng canh Nước
- $\frac{1}{4}$ chén hạt xắt nhỏ

**Huóng**

a) Trong chảo nhỏ kết hợp chà là, đường và nước. Nấu trên lửa vừa khoảng 5 đến 10 phút, khuấy cho đến khi đặc. Loại bỏ nhiệt.

b) Để nguội một chút. Khuấy các loại hạt xắt nhỏ. Đặt sang một bên để làm mát. Làm nóng lò nướng ở nhiệt độ 375. Phết nhẹ các tấm nướng bằng mỡ. Trong một bát lớn, kết hợp hỗn hợp bánh quy, quế, trứng, vani và nước hoặc bơ sữa. Trộn đều. Thả từng muỗng cà phê lên tấm nướng đã chuẩn bị .

c) Cho $\frac{1}{2}$ muỗng cà phê nhân chà là lên trên mỗi chiếc bánh quy, ấn nhẹ bột xuống. Che mỗi với một muỗng cà phê bột. Top với một nửa quả óc chó. Nướng 10 đến 12 phút.

## 76. Bánh quy thả thúc ăn của quỷ

Năng suất: 6 phần ăn

**Thành phần**

- 1 chén đường nâu
- ½ chén bơ, để mềm
- 1 muỗng cà phê vani
- 2 ounce (2 ô vuông) sô cô la không đường
- 1 quả trứng
- 2 cốc bột
- ½ thìa cà phê Baking soda
- ½ muỗng cà phê muối
- ¾ cốc Kem chua
- ½ chén quả óc chó băm nhỏ

**Mocha phủ sương:**

- 1½ cốc Đường bột
- 2 muỗng canh cacao không đường
- ¼ chén bơ, làm mềm
- 1 đến 2 muỗng cà phê. cà phê hạt hòa tan
- 1½ muỗng cà phê vani
- 2 đến 3 muỗng canh. sữa

**Huóng**

**Bánh quy:**

a) Làm nóng lò nuớng đến 350 độ. Mỡ tấm cookie. Trong tô lón, đánh đuờng nâu và $\frac{1}{2}$ chén bơ cho đến khi nhẹ và mị n. Thêm 1 muỗng cà phê. vani, sô cô la và trúng; pha trộn tốt.

b) Nhẹ thìa bột vào cốc đo luờng; chũng lại. Trong bát nhỏ, kết họp bột mì, baking soda và muối. Thêm Thành phần khô và kem chua vào hỗn họp sô cô la; trộn đều.

c) Khuấy quả óc chó. Thả từng thìa cà phê đầy cách nhau 2 inch trên các tấm bánh quy đã bôi mỡ. Nuớng ở nhiệt độ 350 trong 10 đến 14 phút hoặc cho đến khi đông lại.

d) Làm mát 1 phút; xóa khỏi trang cookie. Để nguội hoàn toàn.

**Phủ suong giá:**

e) Trong một bát nhỏ, kết họp tất cả các Thành phần làm kem, thêm đủ sũa để có độ đặc mong muốn; xay đến khi mị n. Phết lên bánh quy đã nguội. Cho phép thiết lập suơng giá truớc khi luu trữ.

## 77. Bánh quy thả hạt hickory

Năng suất: 1 phần ăn

**Thành phần**

- 2 cốc Đường
- 1 cốc rút ngắn; đánh bại tốt
- 2 quả trứng
- 1 ly Sữa; chua hoặc 1 cốc Buttermilk
- 4 chén bột mì
- 1 muỗng cà phê baking soda
- 1 muỗng cà phê Bột nở
- 1 cốc Các loại hạt; băm nhỏ
- 1 cốc Nho khô; băm nhỏ

**Huớng**

a) Rây soda và bột nở với bột mì.

b) Kết hợp các thành phần còn lại, trộn đều.

c) Thả từng thìa cà phê lên tấm bánh quy.

d) Nướng trong lò nướng 375 F. vừa phải.

## 78. Bánh quy dúa

Năng suất: 1 phần ăn

**Thành phần**

- $\frac{1}{4}$ chén bơ
- $\frac{3}{4}$ cốc Đường
- 1 quả trứng
- $\frac{1}{4}$ chén dứa; ráo nước và nghiền nát
- 1$\frac{1}{4}$ cốc Bột mì; sàng lọc
- Muối; một nhúm
- $\frac{1}{4}$ thìa cà phê Baking soda
- $\frac{1}{2}$ muỗng cà phê Bột nở
- $\frac{1}{4}$ chén thị t hạt

**Hướng**

a) Kem bơ, đường, thêm các thành phần còn lại. Trộn đều, thả $\frac{1}{2}$ muỗng cà phê lên tấm cookie.

b) Nướng trong lò ở 375 F.

## 79. Bánh quy dúa nho khô

Năng suất: 36 phần ăn

## Thành phần

- $\frac{1}{2}$ chén bơ
- $\frac{1}{2}$ muỗng cà phê vani
- 1 chén đường nâu, đóng gói
- 1 quả trứng
- $\frac{1}{2}$ chén nho khô
- $\frac{3}{4}$ chén Dứa nghiền, để ráo nước
- $2\frac{1}{2}$ cốc bột mì
- 1 muỗng cà phê Bột nở
- 1 muỗng cà phê baking soda
- $\frac{1}{2}$ muỗng cà phê muối

## Hướng

a) Kem bơ, vani và đường cho đến khi nhẹ và mị n. Thêm trứng và kem tốt. Khuấy nho khô và dứa. Rây các Thành phần khô lại với nhau. Thêm dần dần vào hỗn hợp kem. Khuấy cho đến khi trộn đều.

b) Thả từng thìa cà phê trên các tấm bánh quy đã bôi mỡ. Nướng 12-15 phút trong Lò nướng 375oF đã làm nóng trước.

## 80. Zucchini thả cookie

Năng suất: 36 phần ăn

## Thành phần

- 1 chén zucchini nghiền
- 1 muỗng cà phê baking soda
- 1 chén đường
- $\frac{1}{2}$ chén Shortening hoặc bơ
- 1 quả trứng; bị đánh
- 2 cốc bột
- 1 muỗng cà phê quế
- $\frac{1}{2}$ thìa cà phê đinh hương xay
- $\frac{1}{2}$ muỗng cà phê muối
- 1 chén hạt xắt nhỏ
- 1 cốc nho khô

## Hướng

a) Trộn zucchini, soda, đường, bơ và trứng đã đánh với nhau. Rây bột mì, quế, đinh hương và muối. Khuấy để pha trộn. Cho nho khô và các loại hạt vào khuấy đều rồi đổ từng muỗng cà phê bột lên khay nướng đã phết mỡ.

b) Nướng trong lò 375F đã làm nóng trước 12-15 phút. Làm 3 tá.

# 81. Bánh Quy Sô Cô La Truffle

Làm khoảng 16 cookie

**Thành phần**

- 8 muỗng canh (1 thanh) bơ không ướp muối
- 8 ounces sô cô la đen (64% cacao hoặc cao hơn), xắt nhỏ
- ½ chén bột mì đa dụng chưa tẩy trắng hoặc bột mì không chứa gluten
- 2 muỗng canh bột cacao chế biến ở Hà Lan (99% cacao)
- ¼ muỗng cà phê muối biển mị n
- ¼ muỗng cà phê muối nở
- 2 quả trứng lớn, ở nhiệt độ phòng
- ½ chén đường
- 2 muỗng cà phê chiết xuất vani
- 1 chén sô cô la đen (64% cacao hoặc cao hơn)

**Hướng:**

a) Đun chảy bơ và sô cô la đen trong nồi đun đôi trên lửa nhỏ, thỉ nh thoảng khuấy cho đến khi tan chảy hoàn toàn. Để nguội hoàn toàn.

b) Kết hợp bột mì, bột ca cao, muối và baking soda trong một bát nhỏ. Để qua một bên.

c) Sử dụng máy đánh trứng, đánh trứng và đường trong một tô lớn ở tốc độ cao cho đến khi nhẹ và bông, khoảng 2 phút. Thêm vani, sau đó thêm sô cô la tan chảy và bơ và đánh trong 1 đến 2 phút, cho đến khi kết hợp.

d) Cạo xuống các cạnh của bát và sử dụng thìa cao su lớn, khuấy Thành phần khô cho đến khi kết hợp. Gấp trong chip sô cô la. Che bằng bọc nhựa và làm lạnh trong ít nhất 4 giờ.

e) Đặt một cái giá ở giữa lò và làm nóng lò trước ở nhiệt độ 325°F. Dòng một tấm nướng bánh bằng giấy giấy da.

f) Làm ướt tay bằng nước và lăn bột thành những quả bóng 2 inch, đặt chúng cách nhau khoảng 2 inch trên khay nướng đã lót sẵn. Làm việc nhanh chóng và nếu bạn nướng bánh theo mẻ, hãy làm lạnh phần bột còn lại giữa các đợt.

g) Nướng trong 12 đến 13 phút, cho đến khi các cạnh hơi nhô lên và phần giữa đã đông lại. Lấy ra khỏi lò và để nguội trên chảo ít nhất 10 phút, sau đó chuyển sang giá và để nguội hoàn toàn.

**Để lắp ráp bánh mì kem**

h) Đặt bánh quy lên khay nướng và để ngăn đá trong 1 giờ. Làm mềm 1 lít kem cho đến khi có thể múc được. Tôi thích giữ cho nó đơn giản và sử dụngKem Ngọt Ngào, nhưng bạn có thể sử dụng bất kỳ hương vị nào bạn muốn.

i) Lấy bánh quy ra khỏi tủ đông và nhanh chóng múc 2 đến 4 ounce kem lên bánh quy. Làm mị n kem bằng cách đặt một chiếc bánh quy khác lên trên. Lặp lại.

j) Khi bạn đã hoàn thành việc lắp ráp tất cả các bánh mì, hãy cho chúng vào ngăn đá ít nhất 2 giờ để cứng lại.

# 82. Sandwich kem yến mạch

Làm 24 cookie

:

**Thành phần**

- 1½ chén bột mì đa dụng chưa tẩy trắng
- 2 chén yến mạch nấu nhanh (bột yến mạch ăn liền)
- 1 muỗng cà phê baking soda
- ¼ muỗng cà phê bột quế
- ½ pound (2 que) bơ không ướp muối, để mềm
- 1½ chén đường nâu nhạt đóng gói
- ¾ muỗng cà phê muối biển mị n
- 1 muỗng cà phê chiết xuất vani
- 2 quả trứng lớn, ở nhiệt độ phòng
- 1 lít kem bạn chọn

Hướng:

a) Đặt một cái giá ở giữa lò và làm nóng lò trước ở nhiệt độ 325°F. Lót hai tấm nướng bằng giấy da.

b) Kết hợp bột mì, yến mạch, baking soda và quế trong một cái bát và trộn kỹ. Sử dụng máy đánh trứng, đánh bơ trong một tô lớn cho đến khi mị n và có dạng kem.

c) Thêm đường và muối và đánh cho đến khi hỗn hợp có màu sáng và mị n; Cạo xuống các cạnh của bát khi cần thiết. Thêm chiết xuất vani và đánh vừa để kết hợp.

d) Thêm từng quả trứng vào, đánh đều sau mỗi lần thêm. Bột phải mị n và kem.

e) Thêm một nửa Thành phần khô và trộn ở tốc độ thấp cho đến khi vừa kết hợp. Thêm bột còn lại và trộn cho đến khi kết hợp. Hãy cẩn thận để không làm việc quá sức bột.

f) Sử dụng muỗng 1 ounce để chia bột lên các tấm nướng, đặt các bánh cách nhau khoảng 2 inch.

g) Dùng mu bàn tay hoặc mặt sau của thìa gỗ ấn dẹt những chiếc bánh quy một chút.

h) Nướng bánh quy trong 7 phút. Xoay chảo và nướng thêm 4 đến 6 phút nữa hoặc cho đến khi bánh quy có màu nâu rất nhạt ở các cạnh nhưng hầu như không đặt ở giữa.

i) Để bánh nguội trong 10 phút trên khay nướng. Sau đó xếp chúng vào thùng chứa hoặc trong túi đông lạnh Ziploc 1 gallon và để đông lạnh trong 2 giờ.

j) Để lắp ráp bánh mì kem, hãy đặt 3 chiếc bánh quy đã đông lạnh lên khay nướng. Cho một muỗng tròn (2 đến 3 ounce) kem đã hơi mềm lên mỗi chiếc bánh quy.

k) Thêm ba chiếc bánh quy nữa lên trên, ép hai chiếc bánh quy lại với nhau cho đến khi kem phẳng ra và chạm vào các cạnh bên ngoài.

l) Đặt những chiếc bánh mì kem đã lắp ráp hoàn chỉ nh trở lại tủ đông và lặp lại với những chiếc bánh quy còn lại.

# 83. Bánh su kem và bánh vòng Éclairs

Làm cho 6 đến 12 phần ăn

**Thành phần**

- 1 cốc nước ấm
- 4 muỗng canh (½ que) bơ lạt, cắt miếng
- 1 chén bột mì đa dụng chưa tẩy trắng hoặc bột mì không chứa gluten
- 4 quả trứng lớn, ở nhiệt độ phòng
- Mãng cầu đông lạnh vani mặnhoặcMãng cầu đông lạnh sô cô la sữa dê mặn
- men sô cô la(dùng 4 muỗng canh sữa nguyên chất)

**Hướng:**

a) Làm nóng lò ở 400 ° F.

b) Kết hợp nước và bơ trong một cái chảo nặng vừa và đun sôi, khuấy để làm tan chảy bơ. Đổ tất cả bột vào và trộn cho đến khi hỗn hợp tạo thành một quả bóng.

c) Tắt bếp và đánh từng quả trứng một bằng máy đánh trứng.

**Đối với bánh bông lan kem**

d) Thìa sáu miếng bột riêng lẻ có đường kính 4 inch lên một tấm bánh quy không bôi mỡ (đối với những miếng bột nhỏ hơn, hãy tạo mười hai miếng bột có đường kính 2 inch). Nướng cho đến khi vàng nâu, khoảng 45 phút. Lấy ra khỏi lò và để nguội.

**Đối với Éclairs**

e) Lắp một túi bánh ngọt có đầu tron $\frac{1}{4}$ inch, sau đó luồn sáu đến mười hai dải 4 inch lên một tấm bánh quy không bôi mỡ. Nướng cho đến khi vàng nâu, khoảng 45 phút. Lấy ra khỏi lò và để nguội.

**Đối với một Ring Cake**

f) Thả đều từng thìa bột lên một tấm bánh quy không bôi tron để tạo hình bầu dục 12 inch. Nướng cho đến khi vàng nâu, 45 đến 50 phút. Lấy ra khỏi lò và để nguội.

**để lắp ráp**

g) Chuẩn bị  men. Cắt đôi bánh phồng kem, bánh éclairs hoặc bánh vòng. Đổ đầy kem và mặc (các) phần trên lại.

h) Đối với bánh kem, nhúng đầu mỗi bánh vào sô cô la. Đối với éclairs, hãy hào phóng quét lóp men lên trên chúng. Đối với bánh vòng, khuấy thêm 5 thìa sữa vào men; mưa phùn nó trên bánh nhẫn.

i) Để phục vụ, sắp xếp bánh ngọt hoặc lát bánh trên đĩa.

## 84. Bánh sandwich kem

:

**Thành phần**

- 12 bánh quy sô cô la
- 2 chén kem vani (hoặc hương vị  khác), làm mềm

**Hướng:**

a) Đặt bánh quy vào khay trong tủ đông.

b) Trải kem đã làm mềm trong chảo phẳng hoặc hộp có độ dày khoảng 1/2 inch và làm đông lại. Khi kem cứng lại nhưng không cứng, cắt 6 khoanh kem vừa với bánh quy. Cẩn thận chuyển kem từ chảo lên 6 cái bánh quy.

c) Top với một cookie thứ hai. Nhấn xuống để niêm phong tốt và đông lạnh cho đến khi sẵn sàng để ăn. Nếu đông lạnh kỹ, hãy lấy ra khỏi tủ đông từ 10 đến 15 phút trước khi bạn muốn ăn nếu không chúng sẽ rất cứng.

d) Ăn trong vài ngày.

Máy chủ 6

## 85. Sandwich Ý vị dâu tây

Làm cho: 12 đến 16 bánh mì

**Thành phần**

- 1 chén bơ thực vật nondairy, làm mềm
- 3/4 chén đường mía bay hơi, chia
- 2 muỗng cà phê chiết xuất vani
- 2-1/4 chén bột mì đa dụng chưa tẩy trắng

**Huớng**

a) Trong một bát lớn, trộn bơ thực vật, 1/2 chén đường và vani cho đến khi kết hợp tốt. Thêm bột theo mẻ và trộn cho đến khi bột mềm và mị n. Chia đôi bột và đị nh hình mỗi nửa thành một khúc gỗ hình chữ nhật, dài khoảng 5 inch, rộng 3 inch và cao 2 inch. Rắc 1/4 chén đường còn lại lên một bề mặt sạch và lăn từng khúc gỗ vào đó để phủ bên ngoài. Bọc từng khúc gỗ trong màng bọc thực phẩm và để trong tủ lạnh ít nhất 2 giờ.

b) Làm nóng lò ở nhiệt độ 375°F. Dòng hai tấm nướng bánh bằng giấy giấy da.

c) Lấy các khúc gỗ bột bánh quy ra khỏi tủ lạnh. Sử dụng một con dao sắc, cắt các khúc gỗ thành các lát dày 1/4 inch, ấn các cạnh của khúc gỗ khi bạn cắt để duy trì hình dạng của nó. Đặt những chiếc bánh đã cắt lát lên các tấm nướng đã chuẩn bị cách nhau 1 inch. Nướng trong 8 đến 10 phút, hoặc cho đến khi các cạnh có màu nâu nhạt.

d) Sau khi lấy ra khỏi lò, để bánh nguội trên chảo trong 5 phút, sau đó chuyển sang giá đỡ. Để bánh nguội hoàn toàn. Lưu trữ trong hộp kín

## 86. bánh mì cà rốt

Làm cho: 12 đến 16 bánh mì

**Thành phần**

- 2 chén bột mì đa dụng chưa tẩy trắng
- 1/2 muỗng cà phê bột nở
- 2 muỗng cà phê bột quế
- 1/2 muỗng cà phê gừng xay
- 1/4 muỗng cà phê hạt nhục đậu khấu
- 1/4 muỗng cà phê muối
- 3/4 cốc bơ thực vật không đường, ở nhiệt độ phòng
- 1 chén đường nâu sẫm đóng gói
- 1/2 chén đường mía bay hơi
- 2 muỗng cà phê chiết xuất vani
- 1-1/2 chén cà rốt thái nhỏ (khoảng 2 củ cà rốt lớn vừa)
- 1/3 chén dừa nạo, nướng (tùy chọn)
- 1/3 chén quả óc chó nghiền (tùy chọn)

**Huớng**

a) Làm nóng lò ở 350 ° F. Dòng hai tấm nuớng bánh bằng giấy giấy da.

b) Trong một bát nhỏ, kết hợp bột mì, bột nở, quế, gừng, nhục đậu khấu và muối. Trong một bát lớn, trộn bơ thực vật, đường nâu, đường mía và vani với nhau. Thêm nguyên liệu khô vào nguyên liệu ướt theo từng đợt cho đến khi mị n, sau đó kết hợp cà rốt bào nhỏ, dừa và quả óc chó nếu sử dụng.

c) Sử dụng ống nhỏ giọt bánh quy hoặc muỗng canh, đổ từng thìa bột lên khay nướng đã chuẩn bị sẵn cách nhau khoảng 2 inch. Nhẹ nhàng ấn từng cookie xuống một chút.

d) Nướng trong 9 đến 11 phút hoặc cho đến khi các cạnh hơi vàng. Lấy ra khỏi lò và để nguội trên khay nướng trong 5 phút, sau đó lấy ra để nguội trên giá dây. Để bánh nguội hoàn toàn. Lưu trữ trong hộp kín

## 87. Kem hạt gừng

Làm cho: 1 quart

- 2 cốc sữa nondairy (chất béo cao hơn, như đậu nành hoặc cây gai dầu)
- 3/4 chén đường mía bay hơi
- 1 muỗng cà phê gừng xay
- 1 muỗng cà phê chiết xuất vani
- 1-1/2 chén hạt điều thô
- 1/16 muỗng cà phê kẹo cao su guar
- 1/3 chén kẹo gừng thái nhỏ

**Hướng**

a) Trong một cái chảo lớn, đánh đều sữa và đường. Trên lửa vừa, đun sôi hỗn hợp, khuấy thường xuyên. Khi nước sôi, giảm nhiệt xuống mức trung bình thấp và khuấy liên tục cho đến khi đường tan hết, khoảng 5 phút. Tắt bếp, thêm gừng và vani vào, đánh đều.
b) Đặt hạt điều vào đáy bát chị u nhiệt và đổ hỗn hợp sữa nóng lên trên. Để nguội hoàn toàn. Sau khi nguội, chuyển hỗn hợp vào máy xay thực phẩm hoặc máy xay sinh tố tốc độ cao và chế biến cho đến khi mị n, dừng lại để cạo xuống các mặt nếu cần. Khi kết thúc quá trình chế biến, hãy rắc kẹo cao su guar và đảm bảo rằng nó được kết hợp tốt.
c) Đổ hỗn hợp vào bát của máy làm kem 1/2 hoặc 2 lít và chế biến theo hướng dẫn của nhà sản xuất. Khi kem đã sẵn sàng, nhẹ nhàng trộn kẹo gừng. Bảo quản trong hộp kín trong ngăn đá ít nhất 2 giờ trước khi lắp ráp bánh mì.

**để làm bánh sandwich**

d) Để kem hơi mềm để dễ xúc. Đặt một nửa số cookie, từ dưới lên, trên một bề mặt sạch sẽ. Múc một muỗng kem, khoảng 1/3 cốc, lên trên mỗi chiếc bánh quy. Đặt những chiếc bánh quy còn lại lên trên kem, đáy bánh quy chạm vào kem.

e) Nhẹ nhàng ấn xuống các cookie để cân bằng chúng. Bọc từng miếng bánh mì bằng màng bọc thực phẩm hoặc giấy sáp và cho vào ngăn đá tủ lạnh ít nhất 30 phút trước khi ăn.

# 88. Bánh quy sô cô la và Sandwich vani

Thành phần

- 1/3 chén bơ thực vật không đường, ở nhiệt độ phòng
- 2/3 chén đường mía bay hơi
- 2 muỗng canh sữa non
- 1/4 muỗng cà phê giấm nhẹ
- 1 muỗng cà phê chiết xuất vani
- 3/4 chén bột mì đa dụng chưa tẩy trắng
- 1/3 chén ca cao nướng không đường, rây
- 1/2 muỗng cà phê bột nở
- 1/8 muỗng cà phê muối

## Huóng

a) Làm nóng lò ở nhiệt độ 375°F. Dòng một tấm nuóng bánh bằng giấy giấy da.
b) Trong một bát vùa, trộn bơ thục vật và đuòng vói nhau. Khuấy sũa, giấm và vani. Trong một bát nhỏ, kết hợp bột mì, ca cao, bột nở và muối. Thêm nguyên liệu khô vào nguyên liệu uót và trộn kỹ.
c) Bật ra trên tấm nuóng đã chuẩn bị . Đặt một tờ giấy sáp lên trên bột và cán thành hình vuông dày khoảng 1/4 inch. Lấy giấy sáp ra và nuóng trong 10 đến 12 phút, cho đến khi các cạnh se lại và hơi phồng. Nó sẽ có vẻ mềm và không đuọc nuóng hoàn toàn, nhung thục tế là nhu vậy.
d) Lấy ra khỏi lò và để nguội khoảng 15 phút trên khay nuóng trên giá dây. Cẩn thận cắt cookie thành hình dạng mong muốn. Bạn có thể sử dụng dụng cụ cắt thủy tinh hoặc bánh quy để làm cho chúng tròn hoặc tối đa hóa bột bằng cách cắt chúng thành nhũng hình vuông có kích thuóc bằng nhau.
e) Lấy bánh quy ra khỏi tấm và để nguội hoàn toàn trên giá.

## 89. Bánh sandwich kem đậu nành vani

Làm cho: 1-1/4 lít

**Thành phần**

- 3/4 chén đường mía bay hơi
- 1 muỗng canh cộng với 2 muỗng cà phê tinh bột sắn
- 2-1/2 cốc sữa đậu nành hoặc sữa gai dầu (đầy chất béo)
- 1 muỗng cà phê dầu dừa
- 2 muỗng cà phê chiết xuất vani

**Hướng**

a) Trong một cái chảo lớn, kết hợp đường và tinh bột sắn và đánh cho đến khi kết hợp. Đổ sữa vào, đánh cho hòa quyện.
b) Trên lửa vừa, đun sôi hỗn hợp, khuấy thường xuyên. Khi nó sôi, giảm nhiệt xuống mức trung bình thấp và khuấy liên tục cho đến khi hỗn hợp đặc lại và phủ lên mặt sau của thìa, khoảng 5 phút. Tắt bếp, thêm dầu dừa và vani vào trộn đều.
c) Chuyển hỗn hợp vào một cái bát chị u nhiệt và để nguội hoàn toàn.
d) Đổ hỗn hợp vào bát của máy làm kem 1/2 hoặc 2 lít và chế biến theo hướng dẫn của nhà sản xuất. Bảo quản trong hộp kín trong ngăn đá ít nhất 2 giờ trước khi lắp ráp bánh mì.

**để làm bánh sandwich**

e) Để kem hơi mềm để dễ xúc. Đặt một nửa số cookie, từ dưới lên, trên một bề mặt sạch sẽ. Múc một muỗng kem, khoảng 1/3 cốc, lên trên mỗi chiếc bánh quy.

f) Đặt những chiếc bánh quy còn lại lên trên kem, đáy bánh quy chạm vào kem. Nhẹ nhàng ấn xuống các cookie để cân bằng chúng.

g) Bọc từng chiếc bánh sandwich trong màng bọc thực phẩm hoặc giấy sáp và cho vào ngăn đá tủ lạnh ít nhất 30 phút trước khi ăn.

## 90. X-Ray Ice Cream Sandwiches

Làm cho: 12 đến 16 bánh mì

**Thành phần**

- 2 chén bột mì đa dụng chưa tẩy trắng
- 1 muỗng cà phê baking soda
- 1/4 muỗng cà phê muối
- 1 chén bơ thực vật nondairy, ở nhiệt độ phòng
- 1/2 chén đường nâu đóng gói
- 1/2 chén đường mía bay hơi
- 1 muỗng cà phê bột bắp
- 2 muỗng canh sữa non
- 1-1/2 muỗng cà phê chiết xuất vani

**Huớng**

a) Làm nóng lò ở 350 ° F. Dòng hai tấm nướng bánh bằng giấy giấy da.
b) Trong một bát nhỏ, kết hợp bột mì, baking soda và muối. Trong một bát lớn, trộn bơ thực vật, đường nâu và đường mía với nhau. Hòa tan bột ngô trong sữa trong một cái bát nhỏ và thêm vào hỗn hợp bơ thực vật cùng với vani. Thêm các Thành phần khô vào ướt theo từng đợt và trộn cho đến khi mị n.
c) Sử dụng ống nhỏ giọt bánh quy hoặc muỗng canh, đổ từng muỗng bột lên các tấm nướng đã chuẩn bị cách nhau khoảng 2 inch. Nướng trong 8 đến 10 phút, hoặc cho đến khi các cạnh hơi vàng.
d) Lấy ra khỏi lò và để nguội trên chảo trong 5 phút, sau đó lấy ra để nguội trên giá dây. Để bánh nguội hoàn toàn. Lưu trữ trong hộp kín.

## 91. Kem đậu nành sô cô la

Làm cho: 1-1/4 lít

**Thành phần**

- 3/4 chén đường mía bay hơi
- 1/3 chén ca cao nướng không đường, rây
- 1 muỗng canh tinh bột sắn
- 2-1/2 cốc sữa đậu nành hoặc sữa gai dầu (đầy chất béo)
- 2 muỗng cà phê dầu dừa
- 2 muỗng cà phê chiết xuất vani

**Huóng**

a) Trong một cái chảo lớn, kết hợp đường, ca cao và tinh bột sắn, và đánh cho đến khi ca cao và tinh bột được kết hợp với đường. Đổ sữa vào, đánh cho hòa quyện. Trên lửa vừa, đun sôi hỗn hợp, khuấy thường xuyên.
b) Khi nó sôi, giảm nhiệt xuống mức trung bình thấp và khuấy liên tục cho đến khi hỗn hợp đặc lại và phủ lên mặt sau của thìa, khoảng 5 phút. Tắt bếp, thêm dầu dừa và vani vào, đánh đều.
c) Chuyển hỗn hợp vào một cái bát chị u nhiệt và để nguội hoàn toàn.
d) Đổ hỗn hợp vào bát của máy làm kem 1/2 hoặc 2 lít và chế biến theo hướng dẫn của nhà sản xuất. Bảo quản trong hộp kín trong ngăn đá ít nhất 2 giờ trước khi lắp ráp bánh mì.
e) Để kem hơi mềm để dễ xúc. Đặt một nửa số cookie, từ dưới lên, trên một bề mặt sạch sẽ. Múc một muỗng kem, khoảng 1/3 cốc, lên trên mỗi chiếc bánh quy. Đặt những chiếc bánh quy còn lại lên trên kem, đáy bánh quy chạm vào kem.
f) Nhẹ nhàng ấn xuống các cookie để làm phẳng chúng. Bọc từng chiếc bánh sandwich trong màng bọc thực phẩm hoặc giấy sáp và cho vào ngăn đá tủ lạnh ít nhất 30 phút trước khi ăn.

## 92. Bánh mì sô cô la đôi

Làm cho: 12 đến 16 bánh mì

**Thành phần**

- 1 chén bột mì đa dụng chưa tẩy trắng
- 1/2 chén ca cao nướng không đường, rây
- 1/2 muỗng cà phê baking soda
- 1/4 muỗng cà phê muối
- 1/4 chén sô cô la chip không đường, tan chảy
- 1/2 chén bơ thực vật nondairy, làm mềm
- 1 chén đường mía bay hơi
- 1 muỗng cà phê chiết xuất vani

Huớng

a) Làm nóng lò ở nhiệt độ 325°F. Dòng hai tấm nướng bánh bằng giấy giấy da.
b) Trong một bát vừa, kết hợp bột mì, bột ca cao, muối nở và muối. Trong một cái bát lớn, với máy trộn cầm tay chạy bằng điện, đánh kem cùng với sô cô la chip tan chảy, bơ thực vật, đường và vani cho đến khi kết hợp tốt. Thêm từng đợt Thành phần khô vào thành phần ướt cho đến khi kết hợp hoàn toàn.
c) Múc những viên bột nhỏ, có kích thước bằng một viên bi lớn (khoảng 2 thìa cà phê) lên các tấm nướng đã chuẩn bị , cách nhau khoảng 2 inch. Bôi nhẹ vào mặt sau của một muỗng canh và ấn nhẹ và đều xuống từng chiếc bánh quy cho đến khi nó phẳng và có chiều rộng khoảng 1-1/2 inch. Nướng trong 12 phút, hoặc cho đến khi các cạnh được thiết lập. Nếu bạn đang nướng cả hai tờ giấy cùng một lúc, hãy xoay nửa tờ giấy.
d) Sau khi lấy ra khỏi lò, để bánh nguội trên chảo trong 5 phút, sau đó chuyển sang giá đỡ. Để bánh nguội hoàn toàn. Lưu trữ trong hộp kín

# 93. Bánh sandwich kem dừa sô cô la

Làm cho: 1 quart

**Thành phần**

- 3/4 chén đường mía bay hơi
- 1/3 chén ca cao nướng không đường, rây
- 1 (13,5 ounce) lon nước cốt dừa béo (không nhạt)
- 1 ly sữa non
- 1 muỗng cà phê chiết xuất vani

**Hướng**

a) Trong một cái chảo lớn, kết hợp đường và ca cao, và đánh cho đến khi ca cao được kết hợp với đường. Đổ nước cốt dừa và sữa không đường khác vào, đánh đều để hòa quyện. Trên lửa vừa, đun sôi hỗn hợp, khuấy thường xuyên. Khi nước sôi, giảm nhiệt xuống mức trung bình thấp và khuấy liên tục cho đến khi đường tan hết, khoảng 5 phút. Tắt bếp và thêm vani, đánh đều để kết hợp.
b) Chuyển hỗn hợp vào một cái bát chị u nhiệt và để nguội hoàn toàn.
c) Đổ hỗn hợp vào bát của máy làm kem 1/2 hoặc 2 lít và chế biến theo hướng dẫn của nhà sản xuất. Bảo quản trong hộp kín trong ngăn đá ít nhất 2 giờ trước khi lắp ráp bánh mì.
d) Để kem hơi mềm để dễ xúc. Đặt một nửa số cookie, từ dưới lên, trên một bề mặt sạch sẽ. Múc một muỗng kem, khoảng 1/3 cốc, lên trên mỗi chiếc bánh quy. Đặt những chiếc bánh quy còn lại lên trên kem, đáy bánh quy chạm vào kem.
e) Nhẹ nhàng ấn xuống các cookie để làm phẳng chúng. Bọc từng chiếc bánh sandwich trong màng bọc thực phẩm hoặc giấy sáp và cho vào ngăn đá tủ lạnh ít nhất 30 phút trước khi ăn.

## 94. chuối sô cô la đông lạnh

**Thành phần**

- 4 quả chuối nhỏ chắc nhưng chín
- 6 oz. sô cô la sữa, chia thành khối
- 6 muỗng canh kem nặng
- 4 Muỗng canh nước cam

**Hướng**

a) Đóng băng chuối trong vỏ của chúng trong khoảng 2 giờ.

b) Làm tan chảy sô cô la trong một cái chảo nhỏ với kem và nước cam, thỉ nh thoảng khuấy cho đến khi tan chảy và mị n. Đổ vào một cái bát lạnh và để cho đến khi nó bắt đầu đặc lại và nguội đi. Đừng để nó quá lạnh nếu không nó sẽ không dễ phủ.

c) Lấy chuối ra khỏi tủ đông và loại bỏ vỏ của chúng một cách gọn gàng. Nhúng từng quả chuối vào sô cô la để phủ kỹ, sau đó lấy ra bằng một hoặc hai xiên gỗ dài. Giữ chuối trên bát trong khi sô cô la thừa chảy ra. Sau đó đặt chuối lên giấy sáp cho đến khi sô cô la đông lại. Cắt thành 2 hoặc 3 miếng và cho vào tủ đông cho đến khi sẵn sàng phục vụ.

d) Chèn một thanh Popsicle vào mỗi miếng để phục vụ, nếu bạn muốn.

e) Những quả chuối này không giữ được lâu và nên được ăn vào ngày chúng được làm.

## 95. Bánh sandwich kem

**Thành phần**

- 12 bánh quy sô cô la
- 2 chén kem vani (hoặc hương vị khác), làm mềm

**Huớng**

a) Đặt bánh quy vào khay trong tủ đông.

b) Trải kem đã làm mềm trong chảo phẳng hoặc hộp có độ dày khoảng 1/2 inch và làm đông lại. Khi kem cứng lại nhưng không cứng, cắt 6 khoanh kem vừa với bánh quy. Cẩn thận chuyển kem từ chảo lên 6 cái bánh quy.

c) Top với một cookie thứ hai. Nhấn xuống để niêm phong tốt và đông lạnh cho đến khi sẵn sàng để ăn. Nếu đông lạnh kỹ, hãy lấy ra khỏi tủ đông từ 10 đến 15 phút trước khi bạn muốn ăn nếu không chúng sẽ rất cứng.

d) Ăn trong vài ngày.

Máy chủ 6

# SNICKERDOODLE

# 96. snickerdoodles bột ngô

Năng suất: 4 phần ăn

**Thành phần**

- 1 chén Bơ không ướp muối tại phòng
- Nhiệt độ
- ⅓cốc mật ong
- ⅓cốc Đường
- 2 quả trứng lớn ở nhiệt độ phòng
- Vỏ bào mị n của 1
- Chanh vàng
- ½ muỗng cà phê vani
- 1½ cốc bột mì
- 1 chén bột ngô vàng
- 1 muỗng cà phê Bột nở
- ½ muỗng cà phê muối
- Đường để cuộn bánh trong

**Huóng**

a) Kem bơ, mật ong và đường với nhau. Đánh trúng và khuấy trong vỏ chanh và vani. Trong bát riêng kết hợp bột mì, bột ngô, bột nở và muối.

b) Khuấy Thành phần khô vào hỗn hợp kem theo 2 giai đoạn cho đến khi trộn đều. Đậy nắp và làm lạnh bột trong 3 giờ.

c) Có thể để tủ lạnh qua đêm. Làm nóng lò nướng ở nhiệt độ 375 và bôi mỡ lên các tấm bánh quy. Đị nh hình bột thành những quả bóng $1\frac{1}{4}$ inch. Lăn các viên đường trong đường và đặt chúng trên các tấm cách nhau khoảng 2 inch.

d) Nướng trong 15 phút cho đến khi phần ngọn hơi cứng lại khi ấn nhẹ bằng ngón tay.

e) Để nguội trên giá đỡ.

## 97. Snickerdoodles ít chất béo

Năng suất: 1 phần ăn

**Thành phần**

- $1\frac{1}{2}$ cốc đường
- $\frac{1}{2}$ cốc bơ thực vật
- 1 muỗng cà phê vani
- $\frac{1}{2}$ chén thay thế trứng
- $2\frac{3}{4}$ cốc bột mì
- 1 muỗng cà phê Kem cao răng
- $\frac{1}{2}$ thìa cà phê Baking soda
- $\frac{1}{4}$ muỗng cà phê muối
- 2 muỗng canh Đường
- 2 muỗng cà phê quế

**Hướng**

a) Đánh $1\frac{1}{2}$ chén đường và bơ thực vật cho đến khi nhạt màu. Đánh vani và trứng thay thế. Khuấy bột mì, cream of tartar, soda và muối. Ủ bột khoảng 1 - 2 tiếng.

b) Kết hợp 2 muỗng canh đường và quế. Đị nh hình bột thành những quả bóng 48 - 1 inch. Lăn trong hỗn hợp đường / quế.

c) Đặt các quả bóng lên các tấm bánh quy đã được rải Pam.

d) Nướng ở 400 trong 8 đến 10 phút. Làm mát trên giá đỡ dây.

## 98. Snickerdoodles lúa mì nguyên hạt

Năng suất: 60 phần ăn

**Thành phần**

- $1\frac{1}{2}$ cốc đường
- 1 chén bơ, làm mềm
- 1 trứng cộng
- 1 Lòng trắng trứng
- $1\frac{1}{2}$ chén bột mì nguyên chất
- $1\frac{1}{4}$ chén bột mì đa dụng
- 1 muỗng cà phê baking soda
- $\frac{1}{4}$ muỗng cà phê muối
- 2 muỗng canh Đường
- 2 muỗng cà phê bột quế

**Huóng**

a) Trong một bát trộn, kem đường và bơ cho đến khi mị n. Thêm trứng và lòng trắng trứng; đánh bại tốt. Kết hợp các Thành phần khô; thêm vào hỗn hợp kem và đánh đều. Trong một bát nhỏ, kết hợp các thành phần topping.

b) Đị nh hình bột thành những quả bóng cỡ quả óc chó; cuộn trong đường quế.

c) Đặt 2 tấm cách nhau trong các tấm nướng không mỡ. Nướng ở 400 trong 8-10 phút.

d) Bánh quy phồng lên và xẹp xuống khi nướng.

## 99. Eggnog snickerdoodles

Năng suất: 48 phần ăn

**Thành phần**

- $2\frac{3}{4}$ chén bột mì đa dụng
- 2 muỗng cà phê Kem cao răng
- $1\frac{1}{2}$ cốc đường
- 1 muỗng cà phê baking soda
- 1 chén bơ mềm
- $\frac{1}{4}$ muỗng cà phê muối
- 2 quả trứng
- $\frac{1}{2}$ muỗng cà phê chiết xuất Brandy
- $\frac{1}{2}$ muỗng cà phê chiết xuất rượu rum

**hỗn hợp đường**

- $\frac{1}{4}$ chén Đường hoặc đường màu
- 1 muỗng cà phê nhục đậu khấu

**Huóng**

a) Làm nóng lò truớc: 400 In 3-qt. bát trộn kết hợp tất cả các Thành phần cookie.

b) Đánh ở tốc độ thấp, thuờng xuyên cạo các cạnh của bát cho đến khi đuợc trộn đều (2 đến 4 phút).

c) Trong bát nhỏ kết hợp hỗn hợp đuờng; khuấy đều. Đị nh hình tròn một muỗng cà phê bột thành nhũng quả bóng 1 inch; lăn trong hỗn hợp đuờng.

d) Đặt các tấm bánh quy cách nhau 2 inch. Nuớng gần tâm của lò nuớng 400 trong 8 đến 10 phút hoặc cho đến khi các cạnh có màu nâu nhạt.

## 100. sô cô la snickerdoodles

Năng suất: 1 phần ăn

**Thành phần**

- $2\frac{1}{4}$ chén đường
- 2 muỗng cà phê gia vị bánh bí ngô
- $\frac{1}{2}$ chén bột ca cao
- 1 chén bơ, làm mềm
- 2 quả trứng
- 2 muỗng cà phê chiết xuất vani
- $2\frac{1}{4}$ cốc bột mì
- $1\frac{1}{2}$ muỗng cà phê Bột nở

**Huóng**

a) Trong bát trộn lón, khuấy đều đuòng và gia vị ; đặt $\frac{1}{2}$ cốc hỗn họp sang một bên trong bát nông.

b) Thêm bột ca cao vào tô trộn; khuấy đều. Thêm bơ; đánh ở tốc độ trung bình cho đến khi mị n.

c) Trộn trúng và vani. Khuấy bột mì và bột nở.

d) Vo tròn bột và lăn qua hỗn họp đuòng đã chuẩn bị sẵn.

e) Lặp lại quy trình vói phần bột còn lại và đặt cách nhau 2 inch trên các tấm bánh quy đã bôi mỡ.

f) Nuóng trong lò 350 độ trong 12-15 phút hoặc cho đến khi các cạnh cúng lại. Làm mát trên giá dây.

g) Làm khoảng 4-$\frac{1}{2}$ tá bánh quy.

## PHẦN KẾT LUẬN

Ai không thích bánh quy. Nghĩ mà xem: Không có lò nướng, chúng ta sẽ không có những món ăn thú vị này. Trên thực tế, bánh quy đã được phát minh vào những ngày trước khi máy điều nhiệt, như một phép thử để xem liệu lò nướng nguyên thủy có phải là nhiệt độ thích hợp để nướng bánh hay không. Thay vì làm hỏng toàn bộ chiếc bánh, một chiếc "bánh nhỏ" hay bánh quy đã được thử nghiệm trước. Vào thời điểm đó, không ai nghĩ rằng "chiếc bánh thử" sẽ trở thành một món ăn có sức hấp dẫn riêng.

Bánh quy là loại bánh nhỏ, ngọt, phẳng, khô—thức ăn cầm tay dùng một lần. Chúng thường được làm từ bột mì, nhưng chúng có thể không có bột mì—được làm từ lòng trắng trứng và/hoặc hạnh nhân như bánh hạnh nhân chẳng hạn—hoặc được làm từ bột mì không chứa gluten, như bột gạo. Bánh quy có thể mềm, dai hoặc giòn. Chúng có thể lớn hoặc nhỏ, đơn giản hoặc lạ mắt. Chúng có thể đơn giản—bơ và đường—hoặc phức tạp, với vô số Nguyên liệu, hoặc được tạo hình thành bánh mì kẹp bánh quy, hai lớp và có nhân. Nhưng họ đã bắt đầu từ lâu, không phải như một món ăn hay một món ăn thoải mái, mà như một bộ điều chỉ nh lò nướng!